சர்வாதிகாரி

சர்வாதிகாரி

பா. ராகவன்

Title: Sarvaathigaari
Author's Name: Pa Raghavan

Published by Ezutthu Prachuram

Ezutthu Prachuram
(An imprint of Zero Degree Publishing)
No. 55(7), R Block, 6th Avenue,
Anna Nagar,
Chennai - 600 040

Website: www.zerodegreepublishing.com
E Mail id: zerodegreepublishing@gmail.com
Phone: 89250 61999

Ezutthu Prachuram First Edition: March 2023
ISBN: 978-93-90053-60-5
TITLE NO EP: 429

Cover Design & Layout: Vijayan, Creative Studio
Printed at Clictoprint, Chennai, India

பொருளடக்கம்

Prologue

பேராவுக்குப் பேரா '*whereas*' என்று ஆரம்பித்து, இரண்டு ஏ4 சைஸ் பேப்பர் முழுதும் டைப் செய்யப்பட்டிருந்தது. ஒரு வரி கூடப் பத்து வார்த்தைகளுக்கு முன்னதாக முற்றுப்பெறுவதற்கில்லை. அவசரநிலைச் சட்டம் என்பது சிலாகித்துப் படித்து 'வாரே வா' போடுவதற்கல்ல. வறட்டுத்தனமான மொழி போதும். கொஞ்சம் மிரட்டல். கொஞ்சம் உருட்டல். இங்கே எச்சரிக்கை. அங்கே கொஞ்சம்போல் கரிசனம். அ, தேசநலன். அது இல்லாமலா? செகரெட்டரி நீட்டிய அறிவிப்பை ஜெனரல் பர்வேஸ் முஷாரஃப் ஒருமுறை படித்துப் பார்த்தார். புன்னகை செய்தார்.

கையெழுத்திடுவதற்கு அவர் பேனாவைத் திறந்தபோது இஸ்லாமாபாத் உச்சநீதிமன்றக் கட்டடத்துக்குள் ராணுவ வாகனங்கள் நுழைந்திருந்தன. நிலைமையை ஒருவாறு யூகித்து முன்னதாக அங்கே ஒரு பெஞ்ச், எமர்ஜென்சி செல்லாது என்று தீர்ப்பு எழுதி வைத்துவிட்டுக் காத்துக்கொண்டிருந்தது. தலைமை நீதிபதி இஃப்திகார் சவுத்ரியும் இருந்தார். அன்றைய ஜனநாயகக் கடமைகள் அனைத்தையும் முடித்தாகிவிட்டது. வீட்டுக்குக் கிளம்ப வேண்டியதுதான் பாக்கி. இன்றைக்கெல்லாம் 'வீடு'பேறு சித்தமானால் முன்னோர் செய்த நல்லூழ்.

அவர் இருக்கையை விட்டு எழுந்த கணத்தில் எதிரே நான்கு ராணுவ அதிகாரிகள் வந்து நின்றார்கள். மன்னிக்கவும், நீங்கள்

கைது செய்யப்பட்டிருக்கிறீர்கள். முரண்டு பிடிக்காமல் எங்களுடன் கிளம்பிவருவது உங்கள் தேக, மன, ஆன்ம நலனுக்கு நல்லது.

மக்களுக்கு அப்போது யாதொன்றும் தெரியாது. பொதுவாக அவர்கள் அரசியல் நிகழ்வுகளைக் கண்டு அதிர்ச்சியடைவதை நிறுத்திப் பல வருஷங்கள் ஆகியிருந்தன. ஏழு வருடங்கள் என்றும் சொல்லலாம். அறுபது வருடங்கள், மூன்று மாதங்கள் என்றும் சொல்லலாம். உழைத்துக் களைத்த நேரம் போக மிச்சமிருக்கும் பொழுதுகளில் பொதுவாக கிரிக்கெட் அல்லது ஹாக்கி மேட்ச் இருந்தால் ரசிப்பார்கள். ஸ்குவாஷ் விளையாடுவார்கள். அந்த ஊரில் அது ரொம்பப் பிரபலம். கொஞ்சம் பணம் படைத்தவர்கள் ஏதாவது ஹோட்டலுக்குப் போய் அரை மணி ஒரு மணி மேற்கத்திய நடனம் ஆடுவார்கள். அது படைக்காதவர்கள் இருப்பிடம், வைகுந்தம் வேங்கடம் என்று டிவிக்கு முன்னால் சரணாகதி ஆகிவிடுவார்கள்.

அன்றைக்கும் அப்படித்தான் டிவி முன்னால் உட்கார்ந்தவர்களுக்கு சிக்னல் இல்லை என்கிற ஒற்றை வரி அறிவிப்புதான் வந்தது. சரி, ஒரு சேனலில் சிக்னல் இல்லை என்றால் அடுத்தது. அதிலுமா இல்லை? மூன்றாவது. ம்ஹூம். எதிலும் இல்லை. என்ன ஆனது?

அரசாங்கம் நடத்தும் பாகிஸ்தான் டெலிவிஷன் கார்ப்பரேஷன் சேனல் மட்டும் தெரிந்தது. விசேஷம் ஏதுமில்லை. வழக்கமான வயலும் வாழ்வும். சம்பா மற்றும் குறுவை சாகுபடி செய்யும் விவசாய அன்பர்கள் கவனத்துக்கு. பலுசிஸ்தான் மாகாணத்தில் பல இடங்களில் குறுவைப் பயிர்கள் பலமான பூச்சித் தாக்குதலுக்கு உள்ளாகியிருப்பதாகத் தெரியவந்திருக்கிறது. உங்கள் பற்களுக்குப் பதினாறு முப்பத்தொன்று பயோரியா பற்பொடி எத்தனை அவசியமோ அம்மாதிரி உங்கள் பயிர்களுக்குப் பூச்சி மருந்து மிகவும் அவசியம்.

டிவியை அணைத்துவிட்டு அவர்கள் வாசலுக்கு வந்தபோது ஆங்காங்கே மிகச் சில ராணுவ வீரர்களின் நடமாட்டம் தென்பட்டது. டீக்கடை கும்பல்களை அவர்கள் கலைத்துக் கொண்டிருந்தார்கள். அனைவரும் அவரவர் வீட்டுக்குப் போகவும். பிடிவியில் உன்னதமான பூச்சி மருந்து சிறப்பு நிகழ்ச்சி

நடந்துகொண்டிருக்கிறது. கண்டு களிக்கவும். அல்லது உண்டு உறங்கவும். பொது இடங்களில் நின்று பேசுவது இப்போதிருக்கும் சூழ்நிலைக்கு உவப்பானதில்லை. எப்போது உவப்பாக இருக்கும் என்பதைப் பின்னால் தெரிவிப்போம்.

நேரம் சரியாக மாலை ஆறு பதினைந்து. ஆறு பத்துக்கு முஷாரஃப், அவசரநிலைப் பிரகடனத்தில் கையெழுத்திட்டிருந்தார். கிட்டத்தட்ட அதே சமயம் இஃப்திகார் சவுத்ரியைப் பிடித்து உள்ளே வைத்தாகிவிட்டது. இஸ்லாமாபாத் நீதிமன்ற வளாகத்தில் மட்டும் விஷயம் தெரிந்திருந்தது. தலைநகரிலேயே செய்தி போய்ச் சேராத பகுதிகள் நிறைய இருந்தன. மிகக் கவனமாக சவுத்ரி கைதான மறுகணமே ஏழெட்டுப் படைகளைத் தனியார் தொலைக்காட்சி அலுவலகங்களுக்கு அனுப்பி இழுத்து மூடச் சொல்லியாகிவிட்டது. கேபிள் ஒயர்களைப் பிடுங்க வேறொரு படையை அனுப்பியாகிவிட்டது. ராணுவத்தின் இன்னொரு பிரிவு தேசத்தின் அனைத்து மொபைல் தொலைபேசி நிறுவனங்களின் டவர்களையும் தாற்காலிகமாகப் படுக்கவைப்பதற்காகப் புறப்பட்டுப் போனது. வாரீத் டெலிகாம், இன்ஸ்டாபோன், யூ-போன், பாக்டெல், மோபிலிங்க் - ம்ஹூம். ஒருத்தர் பாக்கியில்லை. இந்தத் தடத்தில் உள்ள அனைத்து எண்களும் தற்சமயம் பிசியாக உள்ளதால் சிறிது நேரத்துக்குப் பிறகு டயல் செய்யவும். சிறிது நேரத்துக்குப் பின் டயல் செய்கிறீர்களா? மன்னிக்கவும். மீண்டும் சிறிது நேரத்துக்குப் பிறகு டயல் செய்யவும்.

'இன்னிக்கி மத்தியானமே சகுனம் சரியில்லை. ராவல்பிண்டி லேருந்து இருபது முப்பது மிலிட்டரி வண்டி கிளம்பி சவுத் சைடு போனதை என் சகலபாடி பாத்துட்டு போன் பண்ணான். திரும்பவும் அந்தப் பொம்பள ஊர்வலம் எதாச்சும் நடத்துதோன்னு நெனச்சேன். பேப்பர்ல ஒண்ணும் நியூஸ் வரக்காணமேன்னு பாத்தேன். இதானா மேட்டர்?'

எது மேட்டர் என்று யாருக்கும் சரியாகத் தெரியவில்லை என்றாலும் என்னவோ சரியில்லை என்று எல்லோரும் நினைத்தார்கள். எமர்ஜென்சி என்று சிலபேர் சொன்னார்கள். இல்லை, ராணுவ ஆட்சி அமலாகியிருக்கிறது என்று வேறு சிலர் சொன்னார்கள்.

அதெல்லாம் ஒன்றுமில்லை; எங்காவது குண்டு வெடித்திருக்கும் என்று அனுபவஸ்தர்கள் திண்ணைகளில் உட்கார்ந்தபடிக்குத் தீர்ப்பு வழங்கினார்கள்.

'மேட்டர் தெரியுமா மாமே? பிரசிடெண்ட் முஷாரஃப்னு கையெழுத்துப் போடலியாம். ராணுவத் தளபதியாத்தான் உத்தரவு போட்டிருக்காராம்!'

'அப்ப ங்கொப்புறான ராணுவ ஆட்சிதான். இந்தாளுக்கு வேற பொழப்பே இல்லய்யா. போட்டு நம்ம தாலிய அறுக்கறான். எந்திரிச்சி வாங்கடா டேய்!'

எட்டுமணி சுமாருக்கு அநேகமாக தேசத்தின் எல்லா பகுதிகளிலும் விஷயம் ஒருவாறு பரவிட்டது. எங்கும் ராணுவம். எதிலும் ராணுவம். ரேடியோவை ஆன் செய்தால் கரபுரகரபுரவென்று மழை பொழிந்தது. அரசுத் தொலைக்காட்சியில் யாரோ குண்டு பாகவதர் கஜல் பாடிக்கொண்டிருக்கிறார். அடுத்த நிகழ்ச்சி பற்றிய அறிவிப்பு இன்னும் சில வினாடிகளில் தொடரும் என்று சொல்லிவிட்டு, சமர்த்தாக சீரியல் போடுகிறார்கள். எமர்ஜென்சி? ராணுவ ஆட்சி? ம்ஹூம். அப்படி ஏதும் இல்லையே என்று மேற்படி பாகவதர் ஆமீர் கல்யாணியில் ஆலாபனை பண்ணத் தொடங்குகிறார்.

முதலில் மோப்பம் பிடித்தது 'டான்' பத்திரிகைதான். இஃப்திகார் சவுத்ரியின் இடத்துக்கு அப்துல் ஹமீத் டோகர் வருகிறார். நீதிபதிகள் அனைவரும் அவசர கால ஆட்சிக்கென தனியே புதிதாக சத்தியப் பிரமாணம் எடுத்துக்கொள்ள வேண்டும். ஏற்கெனவே இருந்த அரசியலமைப்புச் சட்டத்தைக் கொஞ்சம் ரிப்பேர் பண்ணவேண்டும் போலிருக்கிறது. எடுத்து பத்திரமாக உள்ளே வைத்துப் பூட்டியிருக்கிறார் முஷாரஃப். புதிய சட்டம். அவசரச் சட்டம். அடிபணிய மறுத்தால் அப்படியே வீட்டுக்குப் போகவேண்டியதுதான். வீட்டுக்கா? மன்னிக்கவும். மாமியார் வீட்டுக்கு.

சந்தேகமே இல்லை. மீண்டும் ராணுவ ஆட்சி வந்துவிட்டது. பிடியுங்கள் அதிகாரிகளை என்று களைப்பு மறந்து எழுந்து ஓடினார்கள் ரிப்போர்ட்டர்கள். கேமராக்களுடன் ஓடியவர்களை

ஆங்காங்கே கிள்ளிய கீரைக்கட்டுகளாக அள்ளிப்போட்டுக்கொள்ள மாநகராட்சி நகர சுத்திகரிப்பு வாகனங்களையொத்த லொடலொடத்த காவல் வாகனங்கள் தயாராக இருந்தன.

நண்பர்களே, நாட்டுக்கு வேண்டிய செய்திகள் அனைத்தும் காலக்ரமத்தில் வந்து சேரும். எதற்காக இப்போது உங்களை வருத்திக்கொள்கிறீர்கள்? தேசம் பெரும் நெருக்கடியில் சிக்கியிருக்கிறது. தீவிரவாதம் வலுத்துவிட்டது. அங்கே பாருங்கள். இராக்கைத் தூக்கிச் சாப்பிடும்படியாகத் தற்கொலைத் தாக்குதல்கள். இங்கே, இங்கே பாருங்கள். ஆண்டு பல கழிந்து அன்னைபூமிக்கு வந்து இறங்கிய அம்மையாருக்கு குண்டு வெடித்து வரவேற்பு அளிக்கிறார்கள். சட்டம் ஒழுங்கை நிலைநாட்ட முடியாமல் சாத்தான்கள் சதி செய்கின்றன. நீதி மன்றங்கள் அநீதிமன்றங்களாகின்றன. இறையாண்மைக்கு பங்கம் விளைவிக்கும் விதத்தில் என்னென்னவோ திரைமறைவுக் காரியங்கள் நடக்கின்றன. வர்த்தகம் விழுந்துகொண்டிருக்கிறது. விலைவாசி ஏறிக்கொண்டிருக்கிறது. ஊழல் பெருத்துவிட்டது. காவல் துறைக்கு ஈஸ்னோஃபீலியா வந்து இழுத்துக்கொண்டு கிடக்கிறது. அரசியல் பெருச்சாளிகள் ஆங்காங்கே வளை தோண்டிவைக்கிறார்கள். தேசத்தை ஒருவழி பண்ணாமல் ஓயமாட்டோம் என்று வெறிகொண்டு நிற்கும் இவர்களை என்ன செய்யலாம்? ஒரு தரம் கடல் கொண்டு மீளலாம். அல்லது எமர்ஜென்சி. அதைத்தான் செய்திருக்கிறேன். கொஞ்சம் பொறுத்துக்கொள்ளுங்கள், எல்லாம் சரியாகிவிடும்.

முஷாரஃப் ஒரு தேர்ந்த அரசியல்வாதி. எழுபது வருடங்கள் கொட்டை போட்ட அரசியல்வாதிகளால் முடியாத பல காரியங்களைக் கடந்த ஏழு வருட அனுபவத்தில் அவர் கற்றுக் கொண்டு செயல்படுத்திப் பார்த்துவிட்டார். இந்த எமர்ஜென்சி ஒரு பெரிய விஷயமா?

வாய்ப்பே இல்லை. ராணுவத் தளபதியாக உத்தரவிட்டுவிட்டு, வழக்கமான அதிபர் உடையில் எழுதிவைத்துப் படித்ததை பிடிவியில் பார்த்தவர்களுக்கு ரத்தமும் மற்றதும் சேர்ந்து கொதித்தன.

வேண்டாம் மகனே. எல்லாம் உடம்புக்கு ஆகாதவை. நீ வீதிக்கு வந்து கோஷமிட்டால் பாதிக்கப்படப்போவது நானும் என் ராணுவமும் அல்ல. நீயும் உன் சொந்தமும்தான்.

கொத்துக்கொத்தாக அள்ளிக்கொண்டு போய் சிறைகளில் தள்ளத் தொடங்கிய மறுநாள் பகல் பொழுதில் தேசம் முழுதும் பற்றியெரியத் தொடங்கிவிட்டிருந்தது. பாகிஸ்தான் ஜிந்தாபாத். முஷாரஃப் முர்தாபாத்.

ராணுவம் இந்திரஜித் மாதிரி திமிறிக்கொண்டு வீதிகளை ஆக்கிரமித்தது. மூத்த வழக்கறிஞர்கள், அரசியல்வாதிகள், எதிர்க்கட்சிக்காரர்கள், எதிரிக்கட்சிக்காரர்கள், சமூக சேவகர்கள், பத்திரிகையாளர்கள், கேலிச்சித்திரக்காரர்கள், காவல் துறையில் சில உயரதிகாரிகள், எதற்கெடுத்தாலும் பொதுநல வழக்குத் தொடரும் புண்ணிய சீலர்கள், மனித உரிமைக் காவலர்கள், தொலைக்காட்சி அதிகாரிகள் என்று எழுதிவைத்துக் கைது செய்துகொண்டே இருந்தார்கள். அவரவர் அபாய அளவுகளின் பிரகாரம் சிலருக்கு பொதுச் சிறை. சிலருக்கு வீட்டுச் சிறை. சிலருக்கு வெறும் எச்சரிக்கை. சிலருக்கு வெங்காய எச்சரிக்கை.

வடமேற்கு எல்லைப்புற மாகாணத்தில் - குறிப்பாக பெஷாவரில் போலீஸ் ஸ்டேஷனை இழுத்துப் பூட்டிவிட்டு, நகரைச் சுற்றி ராணுவக் காவல் போடப்பட்டது. பிராந்தியத்தில் வசித்துவந்த அத்தனை அரசியல்வாதிகளையும் அலேக்காகத் தூக்கிக்கொண்டு போய்விட்டார்கள். நல்ல கிரிக்கெட்டரும் கெட்ட அரசியல்வாதியுமான இம்ரான் கானை லாகூரில் பிடித்து வீட்டுச் சிறையில் வைத்தார்கள். தன் பெயர் பேப்பரில் வருவதற்கு என்னெல்லாம் வழி இருக்கிறது என்று வருஷக்கணக்காக மெனக்கெட்டுக்கொண்டிருந்த அவரோ, இந்தச் சந்தர்ப்பத்தைத் தவறவிடாமல், வீட்டிலிருந்து ரகசியமாகத் தப்பித்து ஓடி, பத்து நாள் கழித்து பஞ்சாபில் மாட்டிக்கொண்டு ஜெயிலுக்குப் போனார். எதிர்க்கட்சித் தலைவர் க்வாஜா ஆசிஃப் என்பவரையும் அதே மாதிரி சியால்கோட்டில் வீட்டுக்குள்ளே பூட்டினார்கள். மெஹ்மூத் கான், காதிர் மக்ஸி போன்ற பல்லாண்டுகாலம் கொட்டை போட்ட அரசியல்வாதிகளையெல்லாம் நாற்பது கிலோமீட்டர் தூரத்திப்

போய்ப் பிடித்து கராச்சியில் கொண்டு உள்ளே தள்ளினார்கள். தலைமை நீதிபதி சவுத்ரிக்கு ரொம்ப வேண்டப்பட்டவர்கள் என்று யாரோ சொன்னார்கள் என்று குவெட்டாவில் ஐந்து பேரை - அவர்கள் யார், என்னவென்றுகூட விசாரிக்காமல் - கைது செய்து இஸ்லாமாபாத்துக்கு அழைத்து வந்து சிறைவைத்தார்கள்.

இதற்குள் உள்ளூரில் ஆரம்பித்த எதிர்ப்பு உலகம் முழுவதிலும் எதிரொலிக்கத் தொடங்கியிருந்தது. சந்தேகமில்லை, இது ஜனநாயகப் படுகொலை.

வாழ்ந்தது. முஷாரஃப் ஆட்சிக்கு வந்தபிற்பாடு ஜனநாயகமாவது வெங்காய பக்கோடாவாவது? கிட்டத்தட்ட அனைத்து உலக நாடுகளும் தம் எதிர்ப்பைப் பதிவு செய்துவிட்ட சமயத்தில் ‘முன்னெச்சரிக்கை மற்றும் பாதுகாப்புக் காரணங்களுக்காக’ இந்திய ராணுவம் கட்டுப்பாட்டு எல்லைக்கோட்டுக்குப் பக்கத்தில் கொஞ்சம் தீவிரமாகப் பரேடு போனது.

விடுவார்களா? எப்போதும் எமர்ஜென்சி வாழ்க்கை மட்டுமே வாழ்ந்து பழக்கப்பட்ட பாகிஸ்தானின் இந்திய எல்லையோர முஸஃபராபாத்வாசிகளுக்குப் பிடித்தது சனி. ஒருத்தரும் வீட்டைவிட்டு வெளியே வரக்கூடாது என்று சொல்லிவிட்டுப் பிராந்தியம் முழுவதையும் ராணுவம் ஆக்கிரமித்துக்கொண்டது. வீதியெல்லாம் கவச வாகனங்கள். அணிவகுப்புகள். மயான அமைதி. மேலான அச்சம்.

○

அதான் ஏழு வருஷம் ஆண்டாச்சே, இனியென்ன என்று யாரும் கேட்டுவிடக்கூடாது. அக்டோபர் 6, 2007 அன்று நடந்த பாகிஸ்தான் அதிபர் தேர்தலில் தொண்ணூற்றெட்டு சதவீத வாக்குகள் பெற்று பர்வேஸ் முஷாரஃப் மகத்தான வெற்றி பெற்றார். மொத்தமுள்ள 685 வோட்டுகளில் அவருக்கு விழுந்தவை மட்டும் 671. பள்ளி, கல்லூரிப் படிப்பின்போதெல்லாம் இத்தனை சதவீதம் அவருக்கு வாய்த்ததில்லை. நிறைய திட்டுகளும் அடி உதைகளும் பட்ட சராசரி மாணவர்தான்.

ஆனால் எப்படியோ பாகிஸ்தானின் எல்லா சர்வாதிகாரிகளையும் போல, நடத்தும் தேர்தல்களின் அனைத்து முடிவுகளும் தனக்குச் சாதகமாகவே அமைந்துவிடும் விதத்தில் 'அமைத்து'க்கொள்ளும் கலை அவருக்குக் கைவந்திருந்தது.

விஷயம் அதுவல்ல. ஒரே நபர் அதிபராகவும் ராணுவத் தளபதியாகவும் நீடிக்கக்கூடாது என்று அவர் பதவிக்கு வந்த நாளாக (ஜூன் 20, 2001) பாகிஸ்தானில் மக்களும் அரசியல்வாதிகளும் புலம்பிக்கொண்டிருக்கிறார்கள். தேர்தல் வரும்போதெல்லாம் முஷாரஃப், இதோ என் தளபதி பதவியை ராஜிநாமா செய்துவிடுகிறேன் என்று அசுத்த தன்யாசியில் ஒரு கீர்த்தனம் பாடுவார். 2007 தேர்தல் சமயத்திலும் அவர் அதே கீர்த்தனையை அதே ராகத்தில் அழகாக இசைத்தார். ஆனாலும் அவர் அதிபர் தேர்தலுக்கு நிற்கக்கூடாது என்று பலத்த எதிர்ப்பு.

இதென்ன அநியாயம்? அவரது ஆட்சிக்காலத்தில், அவரது அண்டமண்டலத்தில் வாழும் தேர்தல் கமிஷன் எப்படி அவரது மனுவைத் தள்ளுபடி செய்யும்? அபத்தமில்லையா? அரசியல் சாசனத்துக்கு விரோதமில்லையா? ஷரத்து 41(1) என்ன சொல்கிறது? ஒருவர் பிறப்பால் பாகிஸ்தான் குடிமகனாகவும் முஸ்லிமாகவும் இருந்து, நாற்பத்தைந்து வயது ஆகியிருந்தால் அதிபர் தேர்தலில் நிற்கலாம். சிறந்த, அதி உன்னத முசல்மானான முஷாரஃப் நாற்பத்தைந்து வயதைக் கடந்து பத்தொன்பது வருடங்கள் ஆகிவிட்டதல்லவா?

எனவே தேர்தல் கமிஷன் அவர் தேர்தலில் நிற்கலாம் என்று சொல்லிவிட்டது. இது பாகிஸ்தானில் உள்ள வழக்கறிஞர்கள் சமூகத்துக்குப் பிடிக்கவில்லை. சுத்தமாகப் பிடிக்கவில்லை. என்ன செய்யலாம்? சும்மா கிடந்த ஒரு முன்னாள் உச்சநீதிமன்ற நீதிபதியைப் பிடித்தார்கள். வாஜிஹுத்தீன் அஹமது. முஷாரஃபுக்கு எதிராக அவர் தேர்தலில் நிற்பார் என்று அறிவித்தார்கள். விதி யாரை விட்டது?

கொஞ்சம் சட்டம் தெரிந்தவர்கள் எல்லாம் அரசியலுக்கு வருவது மகாபாபம். மேற்படி முன்னாள் நீதிபதி எலுமிச்சை வெளிச்சத்துக்கு

வந்ததும் செய்த முதல் காரியம், தேர்தல் கமிஷனின் முடிவை எதிர்த்து ஒரு வழக்குத் தொடர்ந்ததுதான். அதெப்படி முஷாரஃப் தேர்தலில் நிற்கலாம்? கூடாது, கூடாது, கூடவே கூடாது!

உடனே நீதிபதிகள் அரசியல் சாசனத்தையும் இன்னபிறவற்றையும் எடுத்து வைத்துக்கொண்டு ஆராய்ச்சியில் இறங்கினார்கள். நிற்க விடலாமா? உட்கார வைக்கலாமா?

அதே அரசியல் சாசனத்தின் நாற்பத்தி மூன்றாவது ஷரத்தின் முதல் பிரிவு, ஒரே ஆசாமி, அதுவும் அதிபராகப்பட்டவர் இன்னொரு வருமானம் தரக்கூடிய பதவியில் இருக்கக்கூடாது என்றும் சொல்லுகிறது. ஆ, பாயிண்டைப் பிடி.

அன்புடையீர் வணக்கம். இப்பவும் தாங்கள் பாகிஸ்தான் ராணுவத்தின் தலைமைத் தளபதியாகப் பதவி வகிக்கிற வகையில் மாதந்தோறும் தாங்கள் சம்பாதிக்கும் தொகை, தாங்கள் அதிபர் பொறுப்பில் நீடிப்பதற்குப் பெருந்தடையாக உள்ளது. பெரிய மனது பண்ணி மேற்படி பதவியை ராஜினாமா செய்து உதவுவீர்களானால் தங்களுக்கும் தங்கள் தாய்த்திரு நாட்டுக்கும் மங்களம் உண்டாகும், மாதம் மும்மாரி மழை பொழியும், அமெரிக்கா நமது நிரந்தர ஏ.டி.எம். மெஷின் ஆகும், இந்தியப் பேச்சுவார்த்தைகள் சுமூகமாக நடைபெறும், காஷ்மீரில் அமைதி தழைக்கும், நவாஸ் ஷெரீஃபுக்கு முடக்குவாதம் உண்டாகும், பேனசிர் புட்டோ உங்களை அருமைச் சகோதரராக ஏற்று ராக்கி கட்டுவார், தாங்களும் தங்கள் குடும்பத்தாரும் சகல சௌபாக்கியங்களும் பெற்று சந்தோஷமாக வாழ்வீர்கள். பி.கு. இதுநாள்வரை ராணுவத் தளபதியாகத் தாங்கள் பணியாற்றிய வகையில் பெற்ற வருமானத்துக்கு உரிய வரி செலுத்தியிருப்பீர்களானால், மிச்சமுள்ள தொகையை வரைவோலையாகவோ, உள்ளூரில் மாற்றத்தக்கக் காசோலையாகவோ அரசுக் கருவூலத்துக்கு அனுப்பிவைத்து உதவக் கோருகிறோம்.

பேசிப் பார்க்கலாம் என்று நீதிமன்றம் நினைத்துக்கொண்டிருந்த போதே முஷாரஃப் தன் முஷ்டியை மடக்கத் தொடங்கிவிட்டார். தேர்தலுக்கான தேதி அறிவிக்கப்பட்டுவிட்டிருந்த நிலையில் புதிய

கலவரங்களுக்கு அடிக்கல் நாட்டவேண்டாம் என்று வேறொரு முடிவு செய்தது உச்சநீதிமன்றம்.

தேர்தல் நடக்கட்டும். அதிகாரபூர்வமாக முடிவு அறிவிப்பதை மட்டும் நிறுத்திவைக்கவேண்டும். நாங்கள் சொல்கிறோம். அதன்பின் அறிவித்தால் போதுமானது.

தேர்தல் நடந்தது. முஷாரஃப் வென்றார். முடிவு அறிவிக்கப் பட்டபாடில்லை. உச்சநீதிமன்ற உத்தரவு தடையாக இருந்தது. என்ன தடை? ஏன் தாமதம்?

காரணமா பிரமாதம்? வழக்கை விசாரிக்கும் நீதிபதிகள் அடங்கிய பெஞ்சில் சிலருக்குச் சொந்த வேலைகள் கழுத்தை நெரிக்கின்றன. ஒருத்தரின் ஒன்றுவிட்ட மைத்துனிக்குச் சீமந்தம். இன்னொருத்தரின் பந்துகிண்ண மூட்டு நகர்ந்து அவசர ஆபரேஷன். வேறொருத்தரின் சின்ன வயசுத் தாத்தா (வயது 90 மட்டும்.) அகால மரணம். அபத்தங்கள் அழகானவை. சமயத்தில் அவசியமானவையும் கூட. கொஞ்சம் பொறுக்கலாமே என்று முதல் வாய்தா வாங்கினார்கள். பிறகு பிப்ரவரி 2008ல் பொதுத்தேர்தல்கள் நடக்கவிருக்கின்றன, அந்த முடிவுகள் அறிவிக்கப்படும்போது இதனையும் சேர்த்து அறிவித்துவிடலாமென்று பேசிக்கொண்டார்கள்.

திடுமென்று என்ன தோன்றியதோ, நவம்பரில் தீர்ப்புச் சொல்லிவிடுகிறோம் என்று வேகம் காட்டவே, முஷாரஃப் உஷாரானார். தேர்தல் செல்லாது என்று அறிவிப்பு வரும்பட்சத்தில் திணிக்கக்கூடிய எமர்ஜென்சியை இப்போதே செய்துவிட்டால் என்ன? அப்போதைக்கு இப்போதே செய்துவைத்தேன் அரங்கமா நகருளானே. தவிரவும் ஓர் அச்சம் இருக்கும். கவனம் கூடும். கொஞ்சம் அடங்கியிருப்பார்கள். தான் வெறும் அதிபர் இல்லை. தளபதி. ராணுவத் தலைமைத் தளபதி. விண்ணில் இருந்தபடிக்குப் புரட்சி செய்து மண்ணைக் கவர்ந்த மந்திரவாதி. மறந்துவிட்டீர்களா மதிப்புக்குரிய நீதிபதிகளே?

ஆனானப்பட்ட நவாஸ் ஷெரீஃபையே அடித்துத் துரத்திவிட்டு ஆட்சிக்கு வந்தவன். அதட்டி உருட்டி மிரட்டிய அமெரிக்காவையே அன்புடன் கைகுலுக்க வைத்து, பிராண சிநேகிதன் ஆனவன்.

தீவிரவாதத்துக்கு எதிரான உலகு தழுவிய யுத்தத்தில் ஜார்ஜ் புஷ்ஷின் பெயருக்கு அடுத்தபடியாக என்னுடைய பெயர் இடம் பெற்றிருப்பதை நீங்கள் பார்க்கவில்லையா? ஐ.நா. சபையில் நான் பேசிய பேச்சுக்கு அத்தனை தலைவர்களும் எழுந்து நின்று கைதட்டிய காட்சியை பிடிவியில் முப்பத்தொன்பது முறை மறு ஒளிபரப்பு செய்யச் சொன்னேனே, கவனித்தீர்களா இல்லையா?

நான் ஒரு சக்தி. நான் புயல்காற்று. இருபத்தியோராம் நூற்றாண்டில் பாகிஸ்தானுக்கு முகமாக இருக்கப் படைக்கப்பட்டவன். ஒண்ணேகாலணா பேப்பர் அரசியல் சாசனத்தை வைத்துக்கொண்டு என்னை வீட்டுக்கு அனுப்பப்பார்க்கிறீர்களா? நல்லது. உங்களுக்கும் மங்களம் உண்டாகட்டும். இது நான் விளையாடும் தருணம். இனி என் முறை. பார்த்து ரசிக்கத் தயாரா? நான் ஒரு ஸ்குவாஷ் சாம்பியன். ஃபுட்பால் ஆடுவேன். ஹாக்கி ஆடுவேன். பில்லியர்ட்ஸ் ஆடுவேன். சீட்டு ஆடுவேன். ராணுவத்தையே ஆண்டவன். கேவலம் அரசியல் ஆடுவதா எனக்குக் கஷ்டம்?

முஷாரஃப் அதிகம் யோசிக்கவில்லை. மிகச் சில ராணுவ உயரதிகாரிகளையும் உளவுத்துறைத் தலைவரையும் மட்டும் அழைத்துக் கலந்து பேசினார். எதிர்ப்புகள் எந்தளவு இருக்கும் என்று அவருக்குத் தெளிவாகத் தெரிந்திருந்தது. எமர்ஜென்சிதான். ஆனால் பாட்டை மாற்றாதீர்கள் என்று எச்சரித்தார்.

இது தாற்காலிகம். திட்டமிட்டபடி பொதுத்தேர்தல் நடக்கும். ஜனநாயகம் தழைக்கும். நானே அதையும் தழைக்கச் செய்வேன்.

உலகம் பிரமித்து, புலம்பி, வாயடைத்துப் பார்த்துக்கொண்டிருந்தது. முஷாரஃப் எமர்ஜென்சி அறிவித்தார். பாகிஸ்தான் அணி, இந்தியா புறப்பட்டு வந்து கிரிக்கெட் விளையாடியது.

இதையெல்லாம் முன்பே அறிந்ததனால்தான் பகவான் கிருஷ்ண பரமாத்மா, எது நடந்ததோ அது நன்றாக நடந்தது என்று துவாபர யுகத்திலே சொல்லிவைத்தார்.

1. எங்கேயாவது போய்த்தொலை!

விமானம் புறப்பட்டபோது வித்தியாசமாக எந்த வாசனையும் இல்லை. விமானத்துக்கு வெளியே கூட எல்லாம் சரியாக இருக்கிறது. எல்லாம் நன்றாக இருக்கிறது. வடக்கே சூலம், தெற்கே மூலம் என்று சோதிடக் கொசுக்கடிகள் இல்லை. பயணிகள் அனைவரும் ஏறி அவரவர் இருக்கையில் அமர்ந்தாகிவிட்டது. மொத்தம் நூற்றுத் தொண்ணூற்றெட்டு பேர். நிறைய குழந்தைகள் இருக்கிறார்கள். பள்ளிக்குழந்தைகள். பொதுவாக சர்வதேசக் கலாசாரப் பரிவர்த்தனைகள் குழந்தைகளைக் கொண்டுதான் பூரணத்துவம் பெறுகின்றன. நல்லது ஜெனரல் முஷாரஃப், நீங்களும் வந்து ஏறிவிட்டால் நாம் கிளம்பிவிடலாம்.

ராணுவச் செயலாளர் நதீம் தாஜ் கடிகாரத்தைச் சுட்டிக்காட்டி, புறப்பாட்டை நினைவுபடுத்தினார்.

முஷாரஃப் புன்னகையுடன் எழுந்தார். நிற்க நேரமில்லாமல் ஓடிக்கொண்டிருக்கும் ராணுவத் தளபதி. அவரது இயல்புக்குச் சற்றும் பொருந்தாத ஒரு அரிசி உப்புமா மாநாட்டில் கலந்துகொள்வதற்காக எதற்காக வேலை மெனக்கெட்டு இலங்கை வரவேண்டும்?

நல்லுறவுகள் முக்கியம். நட்புறவுகள் அதனினும் முக்கியம். இலங்கைக்கு முஷாரஃப் வந்திருப்பது தனிப்பட்ட விருப்பத்தின் பேரில் அல்ல. ஒரு தேசத்தின் முகமாக. நிறைய பிரச்னைகளை அவ்வப்போது உற்பத்தி செய்யும் தேசத்தின் சார்பில், நிறைய பிரச்னைகளால் எப்போதும் பதற்ற நிலையில் இருக்கும் தேசத்துக்கு வந்திருக்கும் கௌரவ விருந்தாளி. மதிப்புக்குரிய ஜெனரல் முஷாரஃப், மாநாடு, உணவு உபசாரங்கள், தங்குமிட வசதிகள் அனைத்தும் திருப்தியாக இருந்ததல்லவா? மிகவும் நல்லது. உங்கள் வருகைக்கும் ஈடுபாட்டுக்கும் எங்கள் மனமார்ந்த நன்றி. போய்ச் சேர்ந்ததும் செயலாளரைவிட்டு ஒரு வரி மெசேஜ் கொடுக்கச் சொல்லுங்கள். *Reached Safely.*

நதீம் தாஜ் ஓர் அவசரப் புன்னகையைச் சிந்தினார். அவசியம். அதைவிட வேறென்ன வேலை? ஜெனரல், நாம் புறப்படலாமா? மணியாகிவிட்டது. பைலட் விசில் ஊதிவிடுவார். மேடம், வருகிறீர்களா?

திருமதி சேபா முஷாரஃப் முன்னால் நடக்க, முஷாரஃப், நதீமுடன் மெல்லப் பேசியபடி பின்னால் வந்தார்.

'நதீம் நீங்கள் என்ன நினைக்கிறீர்கள்? பிரதமர் என்ன முடிவு செய்திருப்பார்?'

'பிரமாதமாக அவரால் எந்த முடிவுக்கும் வந்துவிட முடியாது என்பது உங்களுக்கே தெரியுமே சார்? ஒரு மனிதர் வாழ்நாள் முழுதும் குழம்பிய குட்டையாகவே இருக்கமுடியும் என்பதற்கு அவர் ஒரு வாழும் உதாரணம் அல்லவா?'

'ஆனால் அவரைச் சுற்றி சாத்தான்களின் குழு ஒன்று எப்போதும் இருக்கிறது. பதவிப் பொறைகளுக்கு அலையும் நாய்க்கூட்டம் ஒன்றும். எனக்கென்னவோ நான் ஊரில் இல்லாத இந்த தினங்களில் அவர்கள் என்னைப் பற்றி ஏதாவது ஒரு முடிவுக்கு அவசியம் வந்திருப்பார்கள் என்று தோன்றுகிறது.'

'மன்னிக்கவேண்டும் சார். எனக்கு அப்படித் தோன்றவில்லை. நீங்கள் பாகிஸ்தானில் இருந்தாலும் இல்லாதுபோனாலும்

நமது பிரதமருக்கு எப்போதும் நீங்கள் அவர் முதுகுக்குப் பின்னால் மெஷின் கன்னுடன் நிற்பதுபோன்ற பிரமை இருந்துகொண்டேதான் இருக்கும். பயம் கொள்ளவேண்டிய தருணங்களில் பயப்படுபவர்களைக் குறை சொல்லமுடியாது. பயப்படுவதற்காகவே பிறவி எடுத்தவர்களை நாம் ஒன்றும் செய்யமுடியாது. அவருக்கென்று என்ன எழுதியிருக்கிறதோ அதனை அனுபவித்துத்தான் ஆகவேண்டும்.'

முஷாரஃப் புன்னகை செய்தார். 'அழகாகப் பேசுகிறீர்கள். ஆனால் நான் கேட்டதற்கு பதிலில்லை.'

விமானப் படிக்கட்டுகளில் அவர்கள் ஏறும்போது பைலட் எதிர்கொண்டு வரவேற்று வணக்கம் சொன்னார். விமான நிலையம் முழுதும் நனைந்திருந்தது. ஓடுபாதை ஈரமாக இருந்தது. திரும்பவும் எந்தக் கணமும் மழை பிடித்துக்கொள்ளலாம். அப்பா, என்ன புயல், என்ன காற்று, எத்தனை அசுரவேக மழை!

'தாமதமாகிவிட்டதா?' என்று கேட்டுக்கொண்டே முஷாரஃப் இரண்டிரண்டு படிகளாகத் தாவி ஏறினார்.

'ஆம் ஜெனரல். நாற்பது நிமிடங்கள் தாமதம். காலநிலை மீண்டும் மோசமாவதற்குள் நாம் கிளம்பிவிடவேண்டும்.'

விமானம் ஓடுபாதைக்குத் திரும்பி, உறுமி, மெல்லத் தவழ்ந்து, நகர்ந்து முன்னூறு மீட்டர் ஓடி, திரும்பி, வேகமெடுத்து, சீறிப் பாய்ந்து வானைத் தொட்டு வேகமெடுத்ததும் பயணிகள் டிபன் சாப்பிட்டார்கள். காப்பி குடித்தார்கள். தள்ளி நின்று தமக்குள் விவாதித்துக்கொண்டு, தயங்கித் தயங்கி தளபதியின் அருகே வந்த சில குழந்தைகள் வணக்கம் சொல்லி ஆட்டோகிராஃப் வாங்கிக்கொண்டார்கள். திருமதி முஷாரஃப் அவர்கள் தலையைக் கோதி அன்பாகப் புன்னகை செய்தார்.

'நீ தூங்கு சேபா. மிகவும் சோர்வாக இருக்கிறாய். இறங்கும்போது நான் எழுப்புகிறேன்' என்றார் முஷாரஃப்.

அவர் சொல்லாது போனாலும் திருமதி முஷாரஃப் உறங்கித்தான் போயிருப்பார். மழையும் குளிரும் இருந்த களைப்பை அதிகரித்திருந்தன. கொழும்புக்கு அவர் அதற்குமுன் வந்தது

கிடையாது. திடீர் திடீரென்று மழை பெய்யும் என்று கேள்விப்பட்டிருக்கிறார். இப்படியொரு பேய் மழையாக அது இருக்கும் என்று கற்பனை செய்து பார்த்ததில்லை. பாகிஸ்தானில் அவர் ஒருபோதும் பார்த்திராத அளவுக்கு மழை. அச்சுறுத்தும் மழை. அலுப்பூட்டும் மழை. ஒரு கறுப்புப் பட்டியைக் கண்களுக்கு மாட்டிக்கொண்டு, இருக்கையில் சாய்ந்து அவர் உறங்கத் தொடங்கினார்.

முஷாரஃப் கண்களை மூடி யோசனையில் ஆழ்ந்தார். எதிர்வரும் நாள்கள் பாகிஸ்தானில் அவருக்கு அத்தனை எளிதாக இருக்காது என்று உள்ளுணர்வு தொடர்ந்து எச்சரித்துக்கொண்டே இருந்தது. என்ன வேண்டுமானாலும் நடக்கலாம். பிரதமர் நவாஸ் ஷெரீஃப் இன்னதுதான் செய்வார் என்று சொல்லிவிட முடியாது. அரசியலில் பல்லாண்டுகாலமாக இருந்தாலும் மிகவும் 'ரா'வான மனிதர். அதே பழைய பண்ணையார் மனோபாவம். தானும் தன் சுற்றமும் நட்பும் தவிர அவர் மனத்தில் வேறு சிந்தனைகள் கிடையாது. கார்கில் யுத்தத்துக்குப் பிறகு, அந்தக் கசப்புகளுக்குப் பிறகு தன்னைப் பற்றிய அச்சம் அவருக்கு அதிகரித்திருக்கும் என்பது வெளிப்படை. ஒன்றும் செய்வதற்கில்லை. எல்லாவற்றுக்கும் ஒரு விலை உண்டு. கொடுத்தே தீரவேண்டிய விலை.

இப்போதைய கேள்விகள் இரண்டு. நவாஸ் ஷெரீஃப் ஆட்சியில், அவரோடு நூறு சதவீத முரண்பாடுகளுடன் தான் ராணுவத் தலைமைத் தளபதியாகத் தொடர்வதற்கு என்ன விலை தரவேண்டியிருக்கும்? இது முதல் கேள்வி.

கார்கில் யுத்தம் தனக்குத் தெரியாமல் நடந்துவிட்டது; அனைத்துக்கும் ராணுவத் தளபதிதான் காரணம் என்று வாயைக் கொடுத்து மக்கள் மத்தியில் கடும் அதிருப்தியைப் பிரதமர் சம்பாதித்துக்கொண்டுவிட்டார். அந்த பதிலின்மூலம் க்ளிண்டனை வேண்டுமானால் சமாதானப்படுத்தியிருக்க முடியும். உள்ளூரில் விழுந்துவிட்ட இமேஜை இனி தூக்கி நிறுத்துவது கஷ்டம். மீறி, தொடர்ந்து பதவியில் நிலைப்பதற்கு அவர் தரவேண்டிய விலை என்னவாக இருக்கும்?

இரண்டு வினாக்களுக்குமே பொதுவான ஒரு பதில்தான் இருக்கமுடியும் என்று முஷாரஃப்புக்குத் தோன்றியது. ஆனால் அது என்ன? புரியவில்லை.

கார்கிலில் நடந்த யுத்தத்தில் சந்தேகமில்லாமல் பாகிஸ்தானுக்குத் தோல்விதான். மகத்தான தோல்வி. மறக்கமுடியாத தோல்வி. எதிர்பாராத தோல்வியும் கூட. ஆனால், தனிப்பட்ட முறையில் ஒரு தளபதியாகத் தனக்கு அந்த யுத்தம் பெற்றுக்கொடுத்த வெற்றி மிகப்பெரிது என்று அவர் நினைத்தார். எத்தனை நூறு வருடங்கள் அரசியலில் இருந்தாலும் பெற்றுவிட முடியாத மகத்தான மக்கள் ஆதரவு. அடேயப்பா! எத்தனை உற்சாகம், எத்தனை பெருமிதம், எத்தனை உணர்ச்சிக் கொந்தளிப்புகள். காஷ்மீருக்காகத் தளபதி ஒரு யுத்தத்தை மேற்கொண்டிருக்கிறார். அதற்கு ஆதரவு கொடுக்காமல் அமெரிக்காவின் முந்தானைக்குப் பின்னால் போய் ஒளிந்துகொள்ளப் பார்க்கும்பிரதமர் எத்தனை கேடுகெட்டுப் போய்விட்டார்!

சீச்சீ, நீயும் ஒரு மனுஷனா என்று தேசமே காறித்துப்பிய காட்சியை முஷாரஃப் பார்த்தார். புன்னகை செய்ய நினைத்து அடக்கிக்கொண்டார். எனக்கென்ன? பிரதமரிடம் கலந்தாலோசித்து விட்டுத்தான் யுத்தத்தை ஆரம்பித்தேன். அவர் நிறுத்தச் சொன்னார், நிறுத்திவிட்டேன். தொடர்ந்திருந்தால் வெற்றி நம் பக்கம்தான் இருந்திருக்கும் என்று சொல்லிவிட்டு வேறு வேலை பார்க்கப் போய்விட்டார்.

நவாஸ் ஷெரீஃப்தான் மாட்டிக்கொண்டார். இந்தப் பக்கம் இந்தியப் பிரதமர் வாஜ்பாய்க்கு அழைப்பு விடுத்து, நல்லுறவுப் பேருந்துப் பயணம் நடத்தி, அந்தப் பக்கம் கூலிப்படைகளை கார்கிலுக்குள் ஊடுருவவிட்டது எப்பேர்ப்பட்ட களவாணித்தனம்! அமெரிக்க அதிபர் கூப்பிட்டு லெஃப்ட் அண்ட் ரைட் வாங்கிவிட்டார். மரியாதையாக யுத்தத்தை நிறுத்துங்கள். இல்லாவிட்டால் விபரீதம் வெடிக்கும்.

அலறிப் புடைத்துக்கொண்டு அங்கிருந்து விமானம் ஏறி இஸ்லாமாபாதில் இறங்கி, ஹெலிகாப்டர் ஏறி எல்லைக்குப்

பறந்துவந்து முஷாரஃபைச் சந்தித்து, காலை, கையைப் பிடித்துக் கெஞ்சி யுத்தத்தை நிறுத்துவதற்கு அவர் பட்ட பாடு!

உலகத்தில் வேறெங்கும் இப்படியொரு ஜோக்கர் பிரதமராகி நான் பார்த்ததில்லை என்று தமக்குள் சொல்லிக்கொண்டார் முஷாரஃப். எப்படி இந்த ஆள் ஒருகாலத்தில் மாபெரும் தொழிற்சங்கத் தலைவராகவும் பல ரயில் மறியல் போராட்டங்களைத் தலைமை தாங்கி நடத்தியவராகவும் இருந்திருக்க முடியும்? நம்பமுடியவில்லை. வயதானால் உடல் தளரும். மனம் தளருமா? நாள் ஆக ஆகத் தனக்கு மன உறுதியும் தன்னம்பிக்கையும் அதிகரித்துக்கொண்டே அல்லவா போகிறது? நவாஸ் ஷெரீஃபை முறைத்துக்கொண்டு பாகிஸ்தானில் எந்த ஒரு அதிகாரியும் பத்து நாள் சேர்ந்தாற்போல் குப்பை கொட்டிவிட முடியாது. தன்னால் முடிகிறதே? நீங்கள் தவறு செய்கிறீர்கள் என்று முகத்துக்கு நேரே எத்தனைமுறை சொல்லியிருக்கிறேன்! ஒப்புக்கொள்ளாவிட்டாலும் கேட்டுக்கொண்டுதானே தீரவேண்டியிருக்கிறது?

இடையில் ஒருமுறை மோதல் வெளியே வெடித்துவிடும்போல் ஆனது உண்மையே. பாகிஸ்தான் ராணுவத்துக்குத் தலைமைத் தளபதி ஒருவர்தான். ஆனால் அதற்கு முக்கால் படி கீழே - கிட்டத்தட்ட சம அந்தஸ்தில் இன்னொரு பதவி இருக்கிறது. இணை தலைமைக்குழு என்று அதற்குப் பெயர். இரண்டு அதிகாரிகள் ஒரே ரேங்க்கில் தலைமைத் தளபதி பதவிக்குப் போட்டியிட்டால் ஒருத்தரைச் சமாதானப்படுத்த இந்த இணை தலைமைக் குழுவுக்குத் தலைவராக்கிவிடுவது வழக்கம்.

இன்னொரு காரணத்துக்காகவும் அந்தப் பதவியைப் பயன்படுத்துவார்கள். ராணுவத் தலைமைத் தளபதி பதவி என்பது மூன்றாண்டுகள் செல்லுபடியாகக்கூடியது. பிரதமருக்கும் தளபதிக்கும் ஒத்துவரவில்லை என்றால் ஓராண்டில் அவரைப் பதவியில் இருந்து டிரான்ஸ்ஃபர் செய்யலாம். இந்த இணைத்தலைமைக் குழுவில் போட்டுவிடலாம். அந்தஸ்துக் குறைவு என்றும் சொல்லமுடியாது. அதே சமயம் அதிகாரமும் இல்லாத பதவி.

கார்கிலுக்குப் பிறகு நவாஸ் ஷெரீஃபுக்கு அந்த எண்ணம் இருந்தது உண்மை. 'பர்வேஸ், இணைத்தலைமைக் குழுப் பொறுப்பு என்பது சாதாரணமானதல்ல. பல முக்கிய முடிவுகளை எடுத்தாகவேண்டிய மேலான பதவி. உங்களுக்குத் தெரியாததல்ல. பல சமயம் தளபதிக்கே இணைத்தலைமைக் குழுதான் வழிகாட்டும் பணியை மேற்கொள்ளும்.'

'ஒப்புக்கொள்கிறேன் சார். என்னால் இரண்டு பதவிகளையும் சேர்த்து வகிக்கமுடியும் என்பதும் உங்களுக்குத் தெரிந்திருக்கும் என்று நம்புகிறேன்! அதனால்தான் இதுகுறித்து நீங்கள் என்னிடம் பேசுகிறீர்கள். எனக்குப் பெருமையாகவும் இருக்கிறது.'

அந்த புத்திசாலித்தனம் முஷாரஃபின் உடன் பிறந்த சொத்து. எந்த நெருக்கடி சூழலிலும் பதறாத நிதானம். அல்லது தன் பதற்றத்தை வெளிக்காட்டிக்கொள்ளாத சாமர்த்தியம். மிகவும் விவரம் தெரிந்தவர்களுக்கு மட்டுமே அவர் பதற்றத்தில் இருப்பது புரியும். அப்போதெல்லாம் அவர் சிகரெட் பிடிப்பார். காப்பி அல்லது தேநீரை சுடச்சுட கோப்பையில் ஏந்தி ஒரே மடக்கில் விழுங்குவார். முள்ளை முள்ளால் எடுப்பது போலே நெருப்பை நெருப்பால் அணைப்போம் வா.

நவாஸ், இணைத்தலைமைக் குழுப் பொறுப்பையும் முஷாரஃபிடம் அளித்தபோது அவரது நெருங்கிய வட்டத்தில் இருந்த அத்தனைபேரும் வியப்பின் எல்லைக்கே போனார்கள்.

உனக்கென்ன பைத்தியமா பிடித்திருக்கிறது? அந்த ஆளை ஒழித்துக்கட்ட ஒரு வழி கிடைக்குமா என்று நாங்கள் ராப்பகலாக உட்கார்ந்து மண்டையைக் குடைந்துகொண்டிருக்கிறோம். நீ என்னடாவென்றால்...

'நானும் அதற்காகத்தான் பாடுபடுகிறேன்' என்று சொன்னார் நவாஸ் ஷெரீஃப்.

முஷாரஃபுக்கு இந்த விவரங்கள் தெரியும். என்றைக்கோ ஒருநாள் விவகாரம் வெடிக்கத்தான் போகிறது என்று தினமும் அவர் எதிர்பார்த்துக்கொண்டுதான் இருந்தார். ஆனால் என்றைக்கு? தான்

ஊரில் இல்லாத இந்தச் சமயத்தை நவாஸ் வீணாக்கமாட்டார் என்று உறுதியாகப் பட்டது. ஆனால் என்ன செய்வார்? என்ன முடியும் அவரால்?

'சார், விமானி உங்களிடம் பேச விரும்புகிறார். அவரது அறைக்கு உங்களை வரச்சொல்லுகிறார். கொஞ்சம் வருகிறீர்களா?'

யோசனை கலைந்து முஷாரஃப் கண்விழித்துப் பார்த்தார். நதீம் தாஜ். அவரது ராணுவச் செயலாளர்.

'என்னையா? எதற்கு?'

'தெரியவில்லை. ஆனால் உடனே வரச்சொல்கிறார்.'

சிந்தனையுடன் எழுந்தார். அருகில் அவருடைய மனைவி நிம்மதியாக உறங்கிக்கொண்டிருந்தார். அவரது உறக்கத்தைக் கலைக்காமல் மெல்ல நகர்ந்து வெளியேறி விமானியின் இருப்பிடம் நோக்கிச் சென்றார். பின்னாலேயே நதீமும் கவலை தோய்ந்த முகத்துடன் அவரைத் தொடர்ந்தார்.

'என்ன நதீம்? ஏதாவது பிரச்னையா?' என்று கேட்டபடியே காக்பிட்டுக்குள் நுழைந்த முஷாரஃபுக்கு பதில் விமானியிடமிருந்து வந்தது.

'ஆம் ஐயா. பிரச்னைதான். நம்மால் கராச்சியில் தரையிறங்க முடியாது.'

'என்ன சொல்கிறீர்கள்?'

'தரையிறங்க அனுமதியில்லை என்று சொல்கிறார்கள். நம்மை வேறு எங்காவது போய் இறங்கச் சொல்கிறார்கள்.'

முஷாரஃப் அதிர்ந்தார். 'வாட்? அனுமதி இல்லையா? யார் சொன்னது? வேறு எங்காவது என்றால் எங்கே?'

'தெரியவில்லை ஐயா. பாகிஸ்தானில் இறங்க அனுமதி இல்லை என்கிறார்கள். இந்தியாவுக்கோ வேறு ஏதாவது மத்தியக் கிழக்கு தேசங்களுக்கோ போய்க்கொள்ளச் சொல்கிறார்கள்.'

'நான்சென்ஸ்' என்று அவரது உதடுகள் முணுமுணுத்தன. கோபம் கண்ணில் தெரிந்தது. 'கூப்பிடுங்கள் உங்கள் கட்டுப்பாட்டு அதிகாரியை.'

விமானி மீண்டும் கட்டுப்பாட்டு அறைக்குத் தொடர்புகொண்டார். 'விமானம் ஒரு மணி நேரம் பறப்பதற்குத் தேவையான எரிபொருள் மட்டுமே மிச்சம் இருக்கிறது. நாங்கள் இறங்குவதற்கு அனுமதி கொடுக்கவும்.'

பதில் இல்லை. ஒரு நிமிடம். ஐந்து நிமிடம். ஏழு நிமிடங்கள். கட்டுப்பாட்டு அறையிலிருந்து மீண்டும் பேசினார்கள்.

'நீங்கள் கராச்சியில் இறங்க அனுமதி இல்லை. அஹமதாபாத், ஜெட்டா அல்லது வேறெங்காவது போகவும்.'

'முட்டாள்! ஏன் இறங்க அனுமதி இல்லை என்று கேள்!'

'கராச்சி விமான நிலையம் மூடப்பட்டுவிட்டது. ஓடுபாதையில் தீயணைப்பு வண்டிகள் நிற்கின்றன. இறங்கமுடியாது. நீங்கள் வேறு நாட்டுக்குப் போய் இறங்கவும்.'

முஷாரஃப் ஒரு கணம் தாமதித்தார். இந்த அபத்தமான பதிலுக்குப் பின்னால் என்ன நடந்திருக்கும் என்பது புரிந்துவிட்டது. சந்தேகமில்லை. நவாஸ் தன் அலகிலா விளையாட்டுகளைத் தொடங்கிவிட்டார்.

'சார், நாம் என்ன செய்யலாம் என்று சொல்லுங்கள். மிச்சமிருக்கும் எரிபொருள் இன்னும் அரை மணி நேரம் பறப்பதற்கு மட்டுமே உதவும். நாம் வேறு தேசம் எங்காவது போவதென்றால் பாதி வழியில் விழுந்து சிதறிவிடக்கூடிய அபாயம் இருக்கிறது.'

முஷாரஃப் தன் ராணுவச் செயலாளர் நதிம் தாஜைப் பார்த்தார். புறப்படுவதற்கு முன்னால் அவரிடம் கேட்ட கேள்வி நினைவுக்கு வந்தது. நதீம் செய்வதறியாமல் திகைத்து நின்றார்.

'நதீம் எனக்கு ஒரு சிகரெட் வேண்டும்.'

காக்பிட்டிலிருந்து முஷாரஃப் வெளியே வந்தபோது சேபா தூக்கம் கலைந்து எழுந்திருந்தார். முஷாரஃப் கையில் இருந்த சிகரெட்தான் முதலில் அவர் கண்ணில் பட்டது. எனவே கேட்டார், 'என்ன பிரச்னை?'

முஷாரஃப் பதில் சொல்லவில்லை. தன் இருக்கையை அடுத்து ஜன்னலோரம் அமர்ந்திருந்த பெண்ணிடம், 'எனக்கு அந்த இருக்கையைத் தருகிறீர்களா? நான் இப்போது புகைபிடிக்க விரும்புகிறேன். உங்களுக்கு ஆட்சேபணை இல்லையென்றால்..'

அந்தப் பெண் புன்னகையுடன் நகர்ந்து அவருக்கு இடம் விட்டாள்.

'என்ன பிரச்னை? தயவு செய்து சொல்லுங்கள்.'

முஷாரஃப் தன் மனைவியைப் பரிதாபமாகப் பார்த்தார். பிறகு மெல்லச் சொன்னார்: 'நம் மதிப்புக்குரிய பிரதமர் என்னை நடுவானில் கொன்றுவிட முடிவு செய்துவிட்டார்.'

ஐயோ என்றார் சேபா. ஐயோ என்றார்கள் 198 பேர்.

பதற்றம் கூடாது. பதறிக்கொண்டும் கவலைப்பட்டுக் கொண்டிருக்கவும் இதுவல்ல சமயம். முஷாரஃப் ஒரு சாதாரண சிப்பாய் அல்ல. கமாண்டோ பயிற்சி பெற்றவர். மிகக் கடுமையான நெருக்கடி சூழ்நிலைகளைப் போர்க்களங்களில் முன்னதாகச் சந்தித்தவர். தவிரவும் அவர் ஜூனியர் ஆபீசராக வேலை பார்த்த காலங்களில் பாகிஸ்தானில் கிருஷ்ண பட்சத்துக்கொன்று, சுக்லபட்சத்துக்கொன்று என்று எமர்ஜென்சியும் ராணுவப் புரட்சியும் மாறிமாறித்தான் வந்துகொண்டிருந்தன. இந்தச் சமயமும் பதறுவதற்கானதல்ல. ஏதாவது செய்யவேண்டும். உடனடியாக. உருப்படியாக.

முஷாரஃப் தனக்குள் சொல்லிக்கொண்டார். யார் என்ன சொன்னாலும் சரி. இந்த விமானம் இறங்குவதென்றால் அது கராச்சி விமான நிலையமாகத்தான் இருக்கும். கோழைபோல் உயிருக்கு பயந்துகொண்டு நான் வேறு தேசத்துக்கு ஓடிப்போய் இறங்குகிறவன் இல்லை.

சட்டென்று எழுந்து காக்பிட்டுக்குச் சென்றார். விமானியிடம் உறுதியாகச் சொன்னார். கராச்சிக்கு விமானத்தை ஓட்டுங்கள் . என்ன ஆனாலும் நாம் அங்கேதான் இறங்குகிறோம். மோதிச் சிதறுவதானாலும் கராச்சியில் மட்டுமே அது நிகழும்.

கட்டளையிடுவது ராணுவத் தளபதி. கராச்சியில் விமானத்தை இறக்கச் சொல்கிறார். இறக்க அனுமதி இல்லை என்று கட்டுப்பாட்டு அறையிலிருந்து யார் யாரோ எதிர்ப்புக் குரல் தெரிவிக்கிறார்கள். கண்டிப்பாக உத்தரவு பிரதமருடையதாகத்தான் இருந்தாகவேண்டும். ராணுவத் தலைமைத் தளபதி பயணம் செய்யும் விமானத்துக்குச் சிக்கல் தரக்கூடியவர்கள் தேசத்தில் வேறு யாரும் இருக்கமுடியாது. கண்டிப்பாக இது அந்த முட்டாள் பிரதமரின் வேலைதான். சந்தேகமில்லை.

அவர் பரிதாபமாக முஷாரஃபைப் பார்த்தார்.

தாமதம் வேண்டாம் என்று முஷாரஃப் சொன்னார். கராச்சி, கராச்சி.

விமானி, தன் முழு சக்தியையும் பிரயோகித்து விமானத்தை விரைவாக கராச்சி நோக்கிச் செலுத்தினார்.

திடீரென்று ரேடியோ உயிர்ப்பெற்று ஒரு குரல் ஒலித்தது. ராணுவத் தளபதியை நேரே நவாப்ஷாவுக்கு அழைத்துச் சென்று அங்கே தரையிறக்கவும். ரிப்பீட், நவாப் ஷா. நவாப்ஷா. ஓவர்.

வானொலி அடங்கிவிட்டது. இதென்ன நடக்கிறது இங்கே? பாகிஸ்தானில் எங்கும் இறங்க அனுமதியில்லை என்று ஓர் அறிவிப்பு வருகிறது. சில நிமிடங்களில் நவாப்ஷாவில் இறக்கச் சொல்லி இன்னொரு குரல். பேசியது யார்?

அவர்கள் யோசித்துக்கொண்டிருக்கும்போதே மீண்டும் வானொலி உயிர்ப்பெற்று மீண்டும் ஒரு குரல் ஒலித்தது.

நேர்ந்த சங்கடங்களுக்கு வருத்தம். நீங்கள் கராச்சியிலேயே இறங்கலாம். பிரச்னை தீர்ந்துவிட்டது.

முஷாரஃபுக்குச் சட்டென்று குரல் தெரிந்துவிட்டது. கராச்சி கமாண்டர் மாலிக் இஃப்திகார் அலிகான்.

'இஃப்திகார், பேசுவது நீங்கள்தானா?'

'ஆம் ஐயா. நான் தான். பிரச்னை ஏதும் இப்போது இல்லை. நீங்கள் கராச்சியில் பத்திரமாகத் தரையிறங்கலாம்.

கராச்சி விமான நிலையத்தில் அந்த விமானம் தரையிறங்கியபோது இன்னும் ஏழு நிமிடங்கள் பறப்பதற்கான எரிபொருள் மட்டுமே மிச்சமிருந்தது. கொஞ்சம் தாமதமாகியிருந்தால் கண்டிப்பாக நவாஸ் ஷெரீஃபின் எண்ணம் ஈடேறியிருக்கும்.

பர்வேஸ் முஷாரஃப் என்கிற ஒரு மனிதருக்காக 198 உயிர்கள்! விமானிக்கு உடம்பெல்லாம் சிலிர்த்தது. இறங்கியதும் ஓடிப்போய் முஷாரஃபின் கையைப் பிடித்துக் குலுக்கினார். இறைவன் உயர்ந்தவன். நம்மைக் காப்பாற்றிவிட்டான்.

சந்தேகமில்லை. இறைவனின் இன்னொரு பெயர் பாகிஸ்தான் ராணுவம் என்று புன்னகையுடன் சொன்னார் முஷாரஃப். ஒரு மணி நேரம் விண்ணில் நிகழ்ந்த அந்த மகத்தான நாடகம் முடிவுக்கு வந்தபோது உலகத்துக்குச் சொல்லப்பட்ட கதை வேறு. தான் ஊரில் இல்லாத நேரத்தில் தன்னைப் பதவி நீக்கம் செய்த பிரதமரை, சக ராணுவ அதிகாரிகள் சிறைப்பிடித்து, அவசரநிலைப் பிரகடனம் செய்து, தான் வந்து இறங்கியதும் பொறுப்பைத் தன்னிடம் அளித்தார்கள் என்று முஷாரஃபே தன்னுடைய வாழ்க்கை வரலாறில் எழுதியிருக்கிறார்.

உண்மையில் முஷாரஃபைப் போன்ற ஓர் அதிபுத்திசாலி ராணுவ வீரர் அப்படியொரு சாத்தியத்தை நினைத்துப் பார்த்திராமல் ராபணாவென்று கிளம்பி இலங்கைக்குப் போய் நல்லுறவு வளர்த்துவிட்டு வருவார் என்று சொன்னால் பாகிஸ்தானில் சிறு குழந்தையும் நம்பாது.

தனக்கு எதிரான பிரதமரின் நடவடிக்கை என்னவாக இருக்கக்கூடும் என்பது குறித்து முஷாரஃபுக்கு திட்டவட்டமாகத் தெரியும். பதவி நீக்கம்தான். சந்தேகமில்லை. ஓய்வு பெறுகிறார் என்று அறிவித்துவிட்டு, கட்டாய ஓய்வைத் தன் மீது திணித்து ஓரளவு கௌரவமான பதவி நீக்கத்துக்கு அவர் உத்தேசிக்கக்கூடும் என்பது முஷாரஃபின் கணக்கு. இதற்குப் பல காரணங்கள். மிக முக்கியம், நவாஸ் ஷெரீஃபுக்கு ராணுவத்தினர் மீதிருந்த அச்சம்

கலந்த கலவர உணர்வு. கார்கில் விபத்துக்குப் பிறகு அது எல்லை கடந்திருந்தது. தனியாகத் தாம் மாட்டினால் முஸஃபராபாத்துக்குத் தூக்கிப் போய் கசாப் போட்டு நீலம் நதியில் தூக்கிக் கடாசினாலும் ஆச்சர்யப்படுவதற்கில்லை என்பது அவருக்குத் தெரியும். அதே சமயம், அதே கார்கிலுக்குப் பிறகு தேசம் முழுதும் முஷாரஃபுக்கு அதிகரித்திருக்கும் செல்வாக்கு சக ராணுவத்தினரிடையே இன்னும் எத்தனை மடங்கு அதிகரித்திருக்கும் என்பதைக் கணக்குப் போடுவதும் பெரிய விஷயமல்ல.

இயல்பில் முஷாரஃப் மிகுந்த நட்புணர்வு கொண்டவர். குறிப்பாகத் தன் வீரர்களிடம். தலைமைத் தளபதி என்கிற அந்தஸ்தை ராணுவ கேம்ப்புக்கு வெளியே மட்டுமே காட்டுவது அவர் வழக்கம். சக வீரர்களைப் பொறுத்தவரை அவர் ஒரு நல்ல தோழர். ஒரு சாதாரண சிப்பாயிடம் சிகரெட் வாங்கிப் புகைக்கிற அளவுக்கு நெருக்கம் காட்டுவது அவரது ஸ்டைல். இன்றைக்குத் தளபதி யார் தோளில் கைபோட்டுக்கொண்டு டீ குடிக்கப் போனார் என்று பேசிக்கொள்வது பாகிஸ்தான் ராணுவத்தினர் மத்தியில் வெகு பிரபலம்.

அது ஓர் உத்தி. அபாரமான உத்தி. வேலை வாங்குகிற விஷயத்தில் அவரது கறார்த்தனத்துக்கு நிகரே சொல்லமுடியாது. கண்ணில் விரலைவிட்டு ஆட்டுகிற கண்டிப்பான மேய்ப்பன். வேலை முடிந்துவிட்டதென்றால் உனக்கும் எனக்கும் வித்தியாசமில்லை என்று இறங்கிவந்துவிடுவார். உடன் உட்கார்ந்து பாடி ஆடுவதும், சீண்டி சிணுங்கவைத்து வேடிக்கை காட்டுவதும் சக வீரர்களின் சொந்தக் கதைகளை அக்கறையுடன் கேட்பதும் முடிந்த உதவிகளைத் தவறாமல் செய்வதுமாக அவர் கடைப்பிடித்த வழக்கங்கள் பொதுவில் பிற தளபதிகளிடம் அவ்வளவாக எதிர்பார்க்க முடியாதவை.

பாகிஸ்தான் ராணுவத்திலேயே முஷாரஃபுக்கு அடுத்த நிலையில் இருக்கும் அதிகாரிகள் அம்மாதிரியானவர்கள் இல்லை. அவரைவிட சீனியர்கள் அவருக்குக் கீழே இருந்தார்கள். சரியாகச் சொல்லுவதென்றால் மூன்று படிகள் அலேக்காகத் தூக்கிப் போட்டுத்தான் நவாஸ் ஷெரீஃப் அவரை தலைமைத் தளபதியாக்கினார்.

தேசமே வியந்தது அப்போது. இது என்ன கணக்கு? யாருக்கும் புரியவில்லை.

இன்றைக்குவரை நவாஸ் தன்னுடைய அந்த முடிவுக்கான காரணத்தைச் சொன்னதில்லை. ஆனால் பொதுவான யூகங்கள் என்று சில இருக்கின்றன. அவற்றுள் முதலாவது, இனம் சார்ந்தது.

பஞ்சாபியான நவாஸ் ஷெரீஃபுக்கு மொஹாஜிர்களைக் கண்டால் பிடிக்காது. அவருக்கு என்றில்லை. எந்தப் பஞ்சாபிக்கும் அங்கே எந்த மொஹாஜிரையும் பிடிக்காது. இனப்பகை என்று சொல்லுவார்கள்.

முஷாரஃப் ஒரு மொஹாஜிர். ஜூனியராக இருந்தாலும் ஒரு மொஹாஜிரைத் தலைமைத் தளபதி ஆக்குவதன்மூலம், ராணுவத்தில் உள்ள அத்தனை மொஹாஜிர் இன சிப்பாய்களின் நல்லபிப்பிராயத்தையும் தான் பெறலாம் என்று நவாஸ் கணக்கிட்டார். முஷாரஃபே அதன்பிறகு ஓர் ஆயுள்சந்தா விசுவாசி ஆகிவிடுவார். பிரச்னையில்லாமல் தான் அரசியல் செய்யலாம்.

இன்னொரு யூகம் சற்றுக் குழப்படியானது. ஆனால் முஷாரஃபே இதனைத்தான் நம்பினார். பிரிவினையின்போது இந்தியாவிலிருந்து பாகிஸ்தானுக்கு வந்த குடும்பம் முஷாரஃபினுடையது. கிட்டத்தட்ட அகதிகளாக வந்தவர்கள். எதிர்காலம் குறித்த நிச்சயமின்மையுடன், அச்சத்துடன் வந்தவர்கள்.

அப்படி அகதிகளாக வந்த யாரும் அதற்குமுன் ராணுவத் தலைமைத் தளபதி என்னும் தேசத்தின் மிகப்பெரிய பதவியில் அமர்ந்ததில்லை. பாகிஸ்தான் பகுதிகளிலேயே பிறந்து வளர்ந்தவர்கள்தான் அந்தப் பதவிக்கு வந்திருக்கிறார்கள். இது சரித்திரம்.

முதல் முறையாக அந்தச் சரித்திரத்தைத் திருத்தி எழுதுவதன்மூலம் முஷாரஃபின் விசுவாசத்தை முழுமையாகப் பெறலாம்; தான் என்ன தில்லாலங்கடி ஆட்டம் ஆடினாலும் அவரது ஒத்துழைப்பு தனக்குப் பூரணமாக இருக்கும் என்று நவாஸ் கணக்கிட்டார்.

மூன்றாவதாகவும் ஒரு காரணம் சொல்லப்பட்டது. அன்றைய தேதியில் ராணுவத்தில் முஷாரஃபுக்கு சீனியர்களாக இருந்த யார்

மீதும் நவாஸுக்கு நல்லபிப்பிராயமோ, நம்பிக்கையோ கிடையாது என்பதுதான் அது. முஷாரஃபின்மீது அப்போது நல்லபிப்பிராயம் என்று பிரமாதமாக அவருக்கு ஏதுமில்லை என்றாலும் தவறான அபிப்பிராயங்கள் ஏதும் இல்லாதிருந்ததே அவர் தலைமைத் தளபதியானதற்குக் காரணம் என்று சொல்லப்பட்டது.

காரணம் எதுவானாலும் முஷாரஃபைத் தலைமைத் தளபதியாக்கியவர் நவாஸ் ஷெரீஃப்தான். இதில் சந்தேகமில்லை. ஆனால் தளபதி ஆக்கியதால் தனக்குப் பரிபூரண ஆதரவாளராக அவர் இருப்பார் என்று கணக்கிட்டதுதான் பிசகிப் போனது. கார்கிலில் பட்ட காயம். பல்வேறு ராணுவ டிரான்ஸ்ஃபர் விஷயங்களில் இருவருக்குமிடையே ஏற்பட்ட பலத்த கருத்து வேறுபாடுகள். ராணுவத்தைத் தனது வீட்டு வேலைக்காரன் போல் நவாஸ் நினைத்ததை அடியோடு எதிர்த்த முஷாரஃபின் அநியாய தைரியம் மற்றும் துணிச்சல். ராணுவத்தில் அவருக்கு 'தளபதி' என்பதற்கு மேலே கிடைக்க ஆரம்பித்த ஒரு ஹீரோ இமேஜ். எல்லாவற்றுக்கும் மேலாக, தன் ஆள் ஒருவரை ராணுவத் தளபதி ஆக்க முடியாமல் குடைச்சல் கொடுத்துக்கொண்டிருந்த முஷாரஃபின் இருப்பும் இயக்கமும்.

எல்லாமாகச் சேர்ந்துதான் முஷாரஃப் இலங்கை சென்றிருந்த சமயத்தைப் பயன்படுத்தி அவரைப் பதவிநீக்கம் செய்ய முடிவு செய்திருந்தார் நவாஸ். ஐ.எஸ்.ஐ.யின் இயக்குநராக இருந்த லெஃப்டினண்ட் ஜெனரல் ஜியாவுத்தீனை பாகிஸ்தான் ராணுவத்தின் தலைமைத் தளபதியாக நியமிப்பதற்கான உத்தரவும் முன்னதாகத் தயாராகியிருந்தது. எப்படி முஷாரஃபைத் தளபதியாக்கி அறிவிக்கும் உத்தரவைத் தயார் செய்துவிட்டு, அவருக்கு முன் தளபதியாக இருந்த ஜெனரல் ஜஹாங்கீர் கராமத்தைக் காரணமே சொல்லாமல் அடித்துத் துரத்தினாரோ அதே மாதிரி.

முஷாரஃப் ஒரு பெருமூச்சு விட்டார். எல்லாம் நல்லபடியாக நடந்ததா என்று தன்னை அழைத்துச் செல்ல வந்திருந்த சக அதிகாரிகளிடம் கேட்டார்.

ஒரு யூகத்தில் அவர் இதனை எதிர்பார்த்திருந்தார். இலங்கை புறப்படுவதற்கு முன்னால் தனது சக அதிகாரிகளிடம் ரகசியமாக இதுபற்றிப் பேசியும் இருந்தார். ஏதாவது விபரீதம் என்றால் உடனே எனக்குத் தகவல் சொல்லிவிடுங்கள். ஆனால் என் உத்தரவுக்காகக் காத்திருக்க வேண்டாம். உடனடியாகப் பிரதமரையும் அதிபரையும் கைது செய்துவிடுங்கள். தொலைக்காட்சி, வானொலி நிலையங்களைக் கைப்பற்றிவிடுங்கள். மிச்சத்தை நான் வந்து பார்த்துக் கொள்கிறேன்.

ஆனால் முஷாரஃப் இலங்கையிலிருந்து விமானம் ஏறும்வரை அசம்பாவிதம் ஏதுமில்லை. அன்றைய தினம் (டிசம்பர் 12, 1999) மாலை ஐந்து மணிக்கு பாகிஸ்தான் தொலைக்காட்சியில் ராணுவத் தளபதி பதவி நீக்கம் செய்யப்பட்டார் என்கிற அறிவிப்பு வெளியானபோதுதான் ராணுவத்துக்கு விஷயம் தெரியும்.

ராணுவச் செயல்பாடுகளுக்கான இயக்குநர் *(Director General of Military Operations - DGMO)* மேஜர் ஜெனரல் ஷாஹித் அஜிஸ் அப்போதுதான் அலுவலகத்திலிருந்து புறப்பட்டு வீட்டுக்குப் போயிருந்தார். டிவியில் ஓடிக்கொண்டிருந்த செய்தியைப் பார்த்துவிட்டு, ஷூவைக் கூடக் கழற்றாமல் பாய்ந்து வந்து வண்டியில் ஏறி மீண்டும் அலுவலகத்துக்கு வந்தார். முஷாரஃபுக்கு அடுத்தபடியாக ராணுவத்தில் செல்வாக்கும் சக்தியும் மிக்க பொறுப்பில் இருந்தவர் அவர்.

கணப்பொழுதில் அவரது அலுவலகம் மிகுந்த பரபரப்பானது. எங்கும் அதிகாரிகள். எல்லா சிப்பாய்களும் உத்தரவுக்குத் தயாராக விரைப்புடன் நின்றுகொண்டிருந்தார்கள். ஆங்காங்கே பிராந்தியங்களில் உள்ள ராணுவத் தலைமையகங்களுக்குச் செய்தி பறந்தது. அலெர்ட்டாக இருக்கவும். இதோ உத்தரவு வருகிறது.

உத்தரவு என்பது வேறென்னவாக இருக்கமுடியும்? கராச்சியில் இருந்து, ராவல் பிண்டியில் இருந்து, பெஷாவரிலிருந்து, குவெட்டாவிலிருந்து படைகள் புறப்பட்டன. கராச்சியில் இருந்து புறப்பட்ட படையில் ஒரு பிரிவு நேரே விமான நிலையத்துக்குப் போனது. விமான நிலையக் காவலர்களால் ராணுவத்தை

எதிர்கொள்ள முடியாது. அடிபணிவது தவிர அவர்களுக்கு வேறு வழியில்லை. ஆறு நிமிடங்களுக்குள் விமான நிலையம் முழுதும் ராணுவத்தின் கட்டுப்பாட்டுக்கு வந்துவிட்டது.

அதன்பின் தான் ராணுவ அதிகாரி இஃப்திகார் வானொலி மூலம் விமானத்தில் இருந்த முஷாரஃபுக்குத் தகவல் கொடுத்தார். நீங்கள் கராச்சியிலேயே இறங்கலாம். ஆபத்து நீங்கிவிட்டது.

மறுபுறம் இஸ்லாமாபாத்துக்கு விரைந்த இன்னொரு படைப்பிரிவு நேரே அதிபரின் வீட்டுக்குச் சென்றது. கைது செய்து வீட்டுச் சிறையில் வைக்கவும் என்று உத்தரவு. இன்னொரு பிரிவு இஸ்லாமாபாத் தொலைக்காட்சி நிலையத்துக்குப் போனது. வேறொரு பிரிவு பிரதமர் நவாஸ் ஷெரீஃப் வீட்டுக்கு.

நவாஸ் வீட்டு வாசலில் சுமார் இருபது பேர் ஆயுதங்களுடன் நின்றுகொண்டிருந்தார்கள். அவர்களுக்கு நடுவே புதிதாக ராணுவத் தளபதியாக நியமிக்கப்பட்டிருந்த லெஃப்டினண்ட் ஜெனரல் ஜியாவுத்தீன். மொபைல் தொலைபேசியில் வந்துகொண்டிருந்த வாழ்த்துகளுக்கு நன்றி சொல்லவே அவருக்கு நேரம் போதவில்லை. எதிரே ஒரு படை வருவது கண்டதும் உடனடியாகத் தன்னுடன் இருந்த வீரர்களைப் பார்த்தார்.

யாரும் நெருங்கவேண்டாம். அத்துமீறி வருபவர்கள் தண்டனைக்குள்ளாவார்கள்.

அறிவிப்பு காற்றில் கலந்துவந்தது. ராணுவம் சிரித்தது. தலைமை தாங்கிவந்த லெஃப்டினண்ட் கர்னல் ஷாஹித் அலி என்பவர் முன்னால் வந்து நின்று பேசத் தொடங்கினார். ராணுவம் பிரதமரைக் கைது செய்ய வந்திருக்கிறது. அதனைத் தடை செய்வதன்மூலம் இங்கொரு பிரச்னை உருவானால் அதற்கு அவர் பொறுப்பல்ல.

ஜியாவுத்தீன் கத்தத் தொடங்கினார். ‘முட்டாளே, நான் தான் ராணுவத் தளபதி. நான் சொல்கிறேன். நீ உன் ஆயுதத்தை முதலில் கீழே போடு.’

ஷாஹித் அலி பதில் பேசவில்லை. திரும்பித் தன்னுடன் வந்திருந்த சிறு படையைப் பார்த்தார். ஜியாவுத்தீனும் அப்போதுதான்

வந்திருப்பவர்கள் எத்தனை பேர் என்று கவனித்தார். சுமார் ஐம்பது பேர் இருக்கும். என்ன தோன்றியதோ, உடனே 'எத்தனை பேரை இந்த ஆபரேஷனுக்கு உட்படுத்தியிருக்கிறீர்கள்?' என்று கேட்டார்.

'ஒரு முழு பட்டாலியன் இறங்கியிருக்கிறது லெஃப்டினண்ட் ஜெனரல்' என்றார் ஷாஹித் அலி.

ஜியாவுத்தீன் அதிர்ந்துபோனார். அதற்குமேல் விவாதித்துக்கொண்டிருக்கவோ, வந்தவர்களைத் தாக்கத் தொடங்குவதோ அபத்தம் என்பது அவருக்குத் தெரியும். மௌனமாக நகர்ந்து வழி விட்டார். ஷாஹித் அலி தன் பின்னால் வந்த வீரர்கள் சிலரை அர்த்தபுஷ்டியுடன் திரும்பிப் பார்த்தார். கண்களால் கைது செய்.

வீட்டுக்குள் நவாஸ் ஷெரீஃப் இருந்தார். அவரது சகோதரர் இருந்தார். நவாஸின் ராணுவச் செயலாளர் இருந்தார். அவருக்கு நெருக்கமான வேறு சில அதிகாரிகளும் இருந்தார்கள்.

மன்னிக்கவேண்டும் பிரதமர் அவர்களே, நீங்கள் கைது செய்யப்படுகிறீர்கள்.

சரித்திரத்தில் இதனைவிட அபத்தமான சூழ்நிலையில் ஒரு பிரதமர் கைதானதில்லை. நவாஸ் என்ன நினைத்து முஷாரஃபைப் பதவி நீக்கம் செய்தார், என்ன நடந்துகொண்டிருக்கிறது?

'ராணுவ ஆட்சி அறிவித்துவிட்டீர்களா என்ன?' என்று பரிதாபமாக அவர் கேட்டார்.

'எனக்குத் தெரியாது' என்று பதில் சொன்னார் ஷாஹித் அலி. நவாஸையும் அவருடன் இருந்தவர்களையும் அவர்கள் இருந்த அறையிலேயே உட்காரவைத்து வெளியே கதவை இழுத்துப் பூட்டி சீல் வைத்தார்கள். உடனடியாக ஷாஹித் அஜிஸுக்கு விஷயம் தெரிவிக்கப்பட்டது.

'குட். நமது தளபதி பத்திரமாக வந்து சேர்ந்துவிட்டார்.'

தொலைக்காட்சி நிலையத்தை ராணுவம் ஆக்கிரமித்ததும் நிகழ்ச்சி ஒளிபரப்புகள் நிறுத்தப்பட்டிருந்தன. நவாஸ் கைதானதும் ஒரு

சிவப்பு ரோஜா திரையில் தோன்றியது. அது ஒரு சங்கேதம். ஆட்சி ராணுவத்தின் வசம் வந்துவிட்டதை அறிவிக்கும் சங்கேதம்.

அன்றிரவு இரண்டு மணிக்கு பர்வேஸ் முஷாரஃப் அவசர அவசரமாக ஒரு பக்கம் உரை எழுதிவைத்து தொலைக்காட்சியில் படித்தார். சட்டம் ஒழுங்கு கெட்டுவிட்டது. ஊழல் மலிந்துவிட்டது. அரசு இயந்திரம் செயலற்றுப் போய்விட்டது. காவல் துறை செல்லாக்கா சாகிவிட்டது. தேச நலனுக்காக ஆட்சி அதிகாரத்தை ராணுவம் கையில் எடுத்திருக்கிறது.

சரியாக எட்டு வருடங்கள். 2007 நவம்பர் 3ம் தேதி மீண்டும் அதேபோலொரு அறிக்கையை எழுதிவைத்து முஷாரஃப் டிவியில் வாசித்தார். முதல் முறை அவர் அந்த அறிக்கையை வாசித்தபோது கைதட்டிய பாகிஸ்தான் மக்கள், இம்முறை காறித்துப்பினார்கள்.

எட்டு வருடங்கள் என்பது சிறிய இடைவெளி அல்ல. சென்றமுறை கைதட்டியதை மக்கள் முற்றிலும் மறந்துவிட்டிருந்தார்கள்.

2. இந்தப் பாதையில் மேலே போ!

‘இதோ பார், இதன் பெயர் மெலோடோவ் காக்டெயில். சாராயமில்லை. வெடிகுண்டு. முனையில் ஒரு சிகரெட்டைப் பொருத்திப் பற்றவைத்துவிட்டால் சிகரெட் எரிந்து முடிக்கும் கணத்தில் இது வெடிக்கும்!’ என்றார் பர்வேஸ் முஷாரஃப்.

நண்பர்களுக்கு ஆர்வம் இருந்தது. ஆனாலும் அச்சம். மேலான தயக்கம்.

‘உண்மையிலேயே வெடிக்குமா பர்வேஸ்?’

‘சந்தேகம் எதற்கு? பரீட்சை செய்து பார்த்துவிட்டால் போகிறது.’

‘ஐயோ, மாட்டிக்கொண்டால் கல்லூரியைவிட்டு நீக்கிவிடுவார்கள்.’

‘நாம் அரைகுறைப் படிப்புடன் மூட்டைகட்டவேண்டும் என்பது விதியாக இருந்தால் அதற்கு இந்தக் குண்டை வெடித்துத்தான் வழி தேடிக்கொள்ளவேண்டுமென்று அவசியமில்லை. மாறாக, படித்து முடித்து ஆளுக்கொரு உத்தியோகம் தேடிக்கொள்வது நிச்சயமென்றால், அதனை இந்தக் குண்டு தடுக்காது.’

‘நீ உருப்படமாட்டாய்.’

'நன்றி. இப்போது நான் நமது வார்டன் தத்தாவின் வீட்டுக்கு வெளியே இந்தக் குண்டுகளை வைக்கப்போகிறேன். வெடிக்கிறதா என்று பார்த்துவிடவேண்டும். கஷ்டப்பட்டு இதைச் செய்யக் கற்றுக்கொண்டிருக்கிறேன். வெடிகுண்டு தொழில்நுட்பம் முதல்முறையாக பாகிஸ்தானுக்கு வந்திருக்கிறது. பெஷாவரில் குடிசைத் தொழில் மாதிரி செய்துகொண்டிருக்கிறார்கள். விலை அதிகமில்லை. ஐம்பது ரூபாய்க்கு ஒன்று தேறிவிடும். பேரம் பேசினால் இரண்டு.'

அதற்குமேல் விவாதித்துக்கொண்டிருக்க வயது இடம்தரவில்லை. வெடிகுண்டு. எத்தனைநாள் கதைகளில் மட்டுமே படித்துக் கொண்டிருப்பது? ஹாஸ்டல் வார்டன் தூங்கியதும் காம்பவுண்டு சுவர் ஏறிக் குதித்து, பதைக்கப் பதைக்க ரீகல் தியேட்டரில் பார்த்த படங்களில் எல்லாம் குண்டுகள் வெடித்திருக்கின்றன. நிஜ குண்டும் அப்படித்தான் வெடிக்குமா? தெரிந்துகொண்டே தீரவேண்டும். தவிரவும் கண்டிப்பு என்கிற போர்வையில் திருவாளர் தத்தா நிகழ்த்தும் அட்டூழியங்களுக்கு இச்சம்பவம் ஓர் எச்சரிக்கையாகவும் அமையக்கூடும். சரி வா, வைத்துவிட்டு வரலாம் என்று சொன்னார்கள்.

மூன்று பேர். லாகூர் ஃபோர்மன் கிறிஸ்தவ மிஷனரி கல்லூரியின் எதிர்கால நம்பிக்கைகள். அங்கே ஒவ்வொருவருக்கும் ஒரு கனவு இருந்தது. அதை முதலீடு செய்துதான் படிப்பை ஆரம்பித்திருந்தார்கள். ஆனாலும் குற்றமேபோல் தோற்றமளிக்கும் குறும்புகளில் அளவற்ற ஆர்வம் கொண்டவர்களாக இருந்தார்கள். குறிப்பாக பர்வேஸ். அவரது குடும்பப் பின்னணி மிகவும் சாதாரணமானது. பிள்ளைகளுக்கு ஊட்டச்சத்து வேண்டும். அவர்கள் பழங்கள் சாப்பிடவேண்டும். ஆனால் பட்ஜெட் உதைக்கிறது. செய்யக்கூடியது என்ன? அலுவலகத்திலிருந்து வீடு திரும்புகையில் பஸ் பயணம் வேண்டாம். நடந்தே வந்துவிடலாம். மாதம் முன்னூறு மிச்சமாகும். அதில் பழங்கள் வாங்கலாம். பர்வேஸின் தந்தை அப்படிக் கணக்குப் போட்டுத்தான் அவர்களை வளர்த்தார். மூன்று பிள்ளைகள். முஷாரஃப் நடுவில் பிறந்தவர்.

ராணுவக் கல்லூரியில் சேர்வது என்பது அவர் கராச்சியில் பள்ளியிறுதி வகுப்பை முடித்ததுமே எடுத்த முடிவு. ஆனால்

ராணுவப்படிப்புக்குப் பள்ளி இறுதித் தகுதி போதாது. ஏதாவது ஒரு மேல்படிப்பு வேண்டும். இங்கே பி.எஸ்.சி மாதிரி அங்கே எஃப்.எஸ்.சி. ஃப்ரெஷ்மேன் ஆஃப் சயின்ஸ். கராச்சியில் அதற்குத் தோதான கல்லூரி ஏதும் அப்போது இல்லை. எனவே முஷாரஃப் லாகூருக்கு வரவேண்டியதானது. எனவே ஹாஸ்டல் வாசம். எனவே தனிமை. எனவே சுதந்தரம். கண்காணிக்கப் பக்கத்தில் பெற்றோர் இல்லாத சௌகரியம். எனவே அவர் வெடிகுண்டு தயாரிக்கவும் கற்றுக்கொண்டார்.

அன்றைய தினம் அந்தச் சம்பவம் நடந்தது. வார்டன் வீட்டு வாசலில் இருந்த குப்பைத் தொட்டியில் ஒரு குண்டு. பக்கத்திலேயே துணை வார்டன் வீட்டுக்கு ஒன்று. எதற்கும் இருக்கட்டும் என்று வார்டன் வீட்டிலேயே கதவில் மாட்டப்பட்டிருந்த கடிதப் பெட்டியில் ஒன்று. மூன்று குண்டுகளும் தலா ஒரு சிகரெட்டுடன் இணைக்கப்பட்டிருந்தன. பற்றவைத்த சிகரெட் எரிந்து முடியும் நேரம் குண்டு வெடிக்கும். வெடித்தால் எத்தனை சத்தம் வரும்? வீட்டைக் கலக்குமா? வீதியைக் கலக்குமா? ஊரைக் கூட்டுமா? அதைத்தான் அவர்கள் பார்க்க விரும்பினார்கள். விபரீதம் குறித்த அச்சமேதும் இல்லை. என்ன பெரிதாக நடந்துவிடும்? சாதாரண குண்டு. பட்டாசுகளுக்குப் பயன்படுத்தும் அதே மருந்து. கொஞ்சம் வீரியம் அதிகம், அவ்வளவுதானே? பாதகமில்லை.

வைத்த குண்டுகள் போதிய இடைவெளியில் தவறாமல் வெடித்தன. வீதி கூடிவிட்டது. அதிர்ஷ்டவசமாக யாருக்கும் காயமில்லை. வார்டன் தத்தா தமது விசாரணையைத் தொடங்கினார். யார் வைத்தது? நீயா? நீயா? நீயா?

யாருமில்லை என்று எல்லோரும் சொன்னார்கள். இறுதியில் ஹமீத் என்கிற ஒரு மாணவனைத் தனியே அழைத்தார். இதோ பார், யாரும் வைக்காமல் குண்டு வெடிக்காது. எனக்குத் தெரிந்தாகவேண்டும். செய்தவன் யாரென்று நீ சொல்லாவிட்டால் ஹாஸ்டலில் அத்தனைபேர் மீதும் நடவடிக்கை எடுப்பது தவிர எனக்கு வேறு வழியில்லை.

பர்வேஸ் முஷாரஃப் யோசித்தார். இது நியாயமில்லை. தன் ஒருத்தன் தவறு அத்தனை பேரையும் பாதிப்பது தருமவிரோதம். தவிரவும்

விளைவுகளை யோசித்தே செய்த காரியம். ஏற்பது மட்டுமே முறை. எனவே அவர் வார்டன் அறைக்குச் சென்றார். ஐயா வணக்கம். சொன்னது நீர்தானா? செய்தது நானேதான். தண்டனைக்குத் தயார். மற்றவர்களை விட்டுவிடலாமே?

தத்தா ஒரு கணம் அவரை உற்றுப்பார்த்தார். ‘நீயா செய்தாய்? நான் எதிர்பார்க்கவில்லை.’

‘ஆம் ஐயா. நான் தான். தெரியாமல் செய்தேன் என்று பொய் சொல்ல மாட்டேன். தெரிந்தேதான் செய்தேன். ஆனால் விளையாட்டாக மட்டுமே. மன்னித்துவிடுங்கள். இனி செய்யமாட்டேன்.’

யோசித்தார். சரி, போ என்று சொல்லிவிட்டார்.

அது சற்றும் எதிர்பாராத திருப்பம். ஒரு தண்டனையை எதிர்பார்த்தே பர்வேஸ் முஷாரஃப் வார்டனின் அறைக்குச் சென்றிருந்தார். என்னவாகவும் அது இருக்கலாம். கல்லூரியிலிருந்து நீக்கப்படுவது அதில் உச்சபட்சம். ஹாஸ்டலிலிருந்து நீக்கப்படுவது அடுத்தக்கட்டம். தனியே அறை எடுத்துத் தங்கிப் படிப்பது வரை அவர் யோசித்திருந்தார். ஆனால் உண்மையை உள்ளபடி ஒப்புக்கொள்ளும்போது சில அற்புதங்கள் நிகழ்ந்துவிடுவது தவிர்க்கமுடியாதது போலிருக்கிறது. நல்லது. இது ஒரு பாடம். இனி குறும்புகள் கிடையாது. படிப்பு மட்டுமே. இலக்கு ராணுவம் என்னும்போது இந்தப் படிப்பு அத்தியாவசியமாகிறது. இங்கே குண்டு வைத்துக்கொண்டிருந்தால் அங்கே துண்டுபோட்டு இடம்பிடிக்க முடியாமல் போகலாம். வருகிறேன் வார்டன்சாப். இனி பர்வேஸ் வெடிக்கிற பையன் இல்லை. படிக்கிற பையன் மட்டுமே.

○

‘ஆனால் வெறும் படிப்பு பத்து பைசாவுக்குப் பிரயோஜனமில்லை பர்வேஸ். உன் படிப்பு இன்று உன்னை எங்கே கொண்டு நிறுத்தியது பார்த்தாயா? ஒரு ராணுவ வீரனுக்கு எப்போதும் வேண்டியது அலர்ட்னஸ். துல்லியமான கவனம். எதிலும். எல்லாவற்றிலும். எப்போதும். எங்கேயும். புத்திசாலித்தனமும் வீரமும் கொஞ்சம்

உள்ளுணர்வும் சரி விகிதத்தில் கலந்தாகவேண்டும். எல்லாம் எப்போதும் சரியாக இருக்கவேண்டும். இல்லாவிட்டால் இப்படித்தான். தொட்டி தூக்கவேண்டி வரும். அடிக்கடி நீ தொட்டி தூக்கினால் அப்புறம் உன்னை அண்டா தூக்கச் சொல்லிவிடுவார்கள்.' என்றார் கமாண்டர்.

பர்வேஸ் கவனமாகக் கேட்டுக்கொண்டிருந்தார். வெட்கமாக இருந்தது. கொஞ்சம் அவமானமாகவும். ஆனால் அதை மீறிய ஒரு திருப்தியும் உடனிருந்தது. கொட்டுகிற குளிரில் ஒரு தொட்டி நிறைய குளிர்நீரை நிரப்பி, அதை உச்சந்தலையில் வைத்தபடி ஒரு மைல் நடந்துவிட்டு வந்திருக்கிறார். தண்டனையாகக் கிடைத்ததுதான். பரேடுக்கு அணிந்து வந்த சாக்ஸ் சரியில்லை என்பதற்காகக் கொடுக்கப்பட்ட தண்டனை. கொஞ்சம் பேலன்ஸ் தவறி, தொட்டி அசைந்து ஆடினால் மேனி எங்கும் குளிர்நீர் அபிஷேகம் ஆகியிருக்கும். ஏற்கெனவே குடலைப் பிடுங்கி எறிகிற இமயத்தின் குளிர்ச்சி. எதிரே இருக்கிற நபர் தெரியாத அளவுக்குப் பனி மூடியிருக்கிறது. கைகால்கள் வெடவெடக்கின்றன. தொட்டி நீர் மட்டும் கவிழ்ந்திருந்தால் கண்டிப்பாக ஜன்னி கண்டிருக்கும்.

அதனாலென்ன. சாக்ஸ் அணிகிற விஷயத்தில்தான் பர்வேஸ் கோட்டை விட்டிருந்தார். ஷூ வுக்குப் பொருத்தமில்லாத சாக்ஸை அவசரத்தில் மாட்டிக்கொண்டு வந்துவிட்டிருந்தார். ஆனால் தொட்டித் தண்ணீர் துளியும் சிந்தாமல் ஒரு மைல் தூரத்தைக் கடந்து முடித்தாகிவிட்டது. சாதனைதான். தன்னால் சுமை தூக்க முடியும். சற்றும் அசராமல் தூக்கிக்கொண்டு எத்தனை தூரம் வேண்டுமானாலும் கடக்கமுடியும். தண்டனையாகக் கிடைத்ததையும் ஒரு பயிற்சியாக எடுத்துக்கொள்ள முடியும்.

பாகிஸ்தான் மிலிட்டரி அகடமியில் தண்டனைகள் எப்போதுமே கடுமையாக இருக்கும். அதனைக் காட்டிலும் பயிற்சிகள் மிகக் கடுமை. பாடத்திட்டத்தில் உள்ள பயிற்சிகள் ஒரு பக்கம் என்றால் அதிகாரிகளின் கற்பனை வளத்துக்கேற்ப அவர்களே உருவாக்கும் பல வினோத, அதிபயங்கரப் பயிற்சிகளும் அங்கே அடிக்கடி நடக்கும்.

ஃபோர்மன் கிறிஸ்தவக் கல்லூரிப் படிப்பை முடித்துவிட்டுத் தனது பதினெட்டாவது வயதில் பர்வேஸ் முஷாரஃப் ராணுவப் பயிற்சிக்குப் போய்ச் சேர்ந்த முதல்நாளே அவருக்கு அது புரிந்துவிட்டது. கோஹட் என்கிற அந்த ராணுவப் பயிற்சி முகாம், பாகிஸ்தானின் வடமேற்கு எல்லைப்புற மாகாணத்தில், ஆப்கனிஸ்தானைத் தொட்டுக்கொண்டு இருந்தது. பாக். ராணுவத்தில் யார் புதிதாகச் சேர்ந்தாலும் முதலில் கோஹட்டுக்குத்தான் அனுப்புவார்கள். குளிரும் இருளும் தனிமையும் ஆழம் பொருந்திய அடர்த்தியான அமைதியும் திடீர் திடீரென்று கேட்கும் சிறு பறவைகளின் ஓசையும் காட்டு மிருகங்களின் இரவு நேர கர்ஜனைகளும் அந்த முகாமுக்கு எப்போதும் ஓர் அமானுஷ்யத் தன்மை அளிக்கும்.

பயிற்சிகளின் கடுமையைக் கண்டோ, தண்டனைகளின் கொடூரத்தைக் கண்டோ யாரும் அங்கிருந்து தப்பித்துப் போக முடியாது. அப்படிப் போய்விடலாம் என்று அவசியம் தோன்றும். ஆனால் வாய்ப்பில்லை. முகாமை விட்டு வெளியே வந்தால் கண்ணுக்கெட்டிய தூரங்களிலெல்லாம் வெறும் மலைகளாகத் தெரியும். முகாம் இருக்கும் இடம் மட்டும்தான் சமவெளிபோல் தோன்றும். அலுப்பூட்டும் அளவுக்கு வெறுமை பூசிய சமவெளி. எப்போதும் கேட்கும் பூட்ஸ் சத்தம். எப்போதாவது கேட்கும் ஜீப் சத்தம். மேஜர்களின் உத்தரவுக் குரல். விசில் ஒலிகள். கண்ணில் படும் எந்த முகத்திலும் புன்னகையின் சாயல் இருக்காது. முரட்டுத்தனம் மட்டுமே. நான் அதிகாரி. நீ சிப்பாய். நீ நாளைய அதிகாரி. இன்றைய மாணவன். அவ்வளவுதான் உறவு. அதற்குமேல் எதிர்பார்ப்பது தவறு.

உடல் தகுதி. உளவியல் தகுதி. சமயோஜித புத்தி இருக்கிறதா என்று பார்க்கிற பரீட்சைகள். சுறுசுறுப்புக்கான பயிற்சிகள். மலை ஏற, நதி தாண்ட, நெருப்பில் குதித்து மீள, குண்டு வைக்க, வைத்ததை எடுக்க, குறி பார்த்துச் சுட, பீரங்கியை இயக்க, சங்கேதங்களைப் புரிந்துகொள்ள விதவிதவிதமான பாடங்கள், பரீட்சைகள், தவறு செய்தால் தண்டனைகள். மிக மிக வினோதமான, அபாயகரமான தண்டனைகள். ஒரு குன்றுக்கும் இன்னொரு குன்றுக்கும் இடையே ஒரு பாதம் வைக்குமளவுக்கு அகலம் விட்டுத் தொங்குபாலம்

கட்டியிருப்பார்கள். கீழே குறைந்தது முன்னூறு மீட்டர் ஆழத்தில் பூமி தெரியும். பேலன்ஸ் தவறினால் பிடித்துக்கொள்ள இரு புறமும் ஒரு தாம்புக்கயிறு மட்டும். ஓடு அதில்!

இன்னொரு தண்டனை இன்னும் வினோதமானது. தரையில் நீச்சல் அடிக்கவேண்டும். கட்டாந்தரை. பத்தடி இருபதடி அல்ல. சுத்தமாக ஒரு கிலோமீட்டர். நெஞ்சு கழண்டுவிடும். தண்டனையை நிறைவேற்றியதும் ஆயின்மெண்ட் போட்டுக்கொள்ள ஐந்து நிமிடம் அவகாசம் தருவார்கள். திரும்பச் சட்டையை மாட்டிக்கொண்டு பயிற்சிக்கு வந்துவிட வேண்டும். சுடும் பயிற்சி. ஓடும் பயிற்சி. குதிக்கும் பயிற்சி. பாயும் பயிற்சி. பைத்தியம் பிடிக்கவைக்கும் பயிற்சி.

ஃபோர்மன் கிறிஸ்தவக் கல்லூரியில் இருந்த நாள்களில் பர்வேஸ் முஷாரஃப் எப்போதாவதுதான் படிக்கலாம் என்று நினைப்பார். ஒரு சராசரி மாணவனாக அங்கிருந்து வெளியேறினால் போதும் என்று முடிவு செய்துவிட்டுத்தான் இரவுக் காட்சி சினிமாக்களுக்குப் போய்க்கொண்டிருந்தார். ஆனால் ராணுவப் பயிற்சிப் பள்ளிக்கு வந்ததும் அவருக்குப் படிப்பில் அபார நாட்டம் வந்துவிட்டது. எத்தனைக் கடுமையான பயிற்சிகள் இருந்தாலும் முடித்துவிட்டு அறைக்கு வந்ததும் புத்தகங்களை எடுத்துவைத்துக்கொண்டு படிக்கத் தொடங்கிவிடுவார். பௌதிகம். புவியியல். ஆங்கில இலக்கியம். உலக வரலாறு. உள்ளூர் அரசியல்.

குடும்பத்தை விட்டுப் பிரிந்திருக்கும் நினைவை மறப்பதற்காக இருந்திருக்கலாம். உடல் ஓய்வு கொள்ளும் தருணத்தில் புத்தியும் ஓய்ந்துவிட்டால், காலி வீடென்று நினைத்து ஏதாவது சாத்தான் வாடகைக்கு வந்துவிடுமோ என்கிற அச்சம் காரணமாக இருந்திருக்கலாம். அது முக்கியமில்லை. படித்தார். நிறைய படித்தார். ராணுவப் பாடங்கள் தவிரவும் தனக்குக் கிடைத்ததையெல்லாம் படித்தார். சற்றே இணக்கமாக இருந்த அதிகாரிகளிடம் அவ்வப்போது தான் படித்தவற்றை விவாதிக்கவும் செய்வார்.

கோஹட்டில் சுமார் ஓராண்டு காலம் அறிமுகப் பயிற்சிகள் இருந்தன. அதன் முடிவில் தேர்வுகளும் உண்டு. எழுத்துத் தேர்வு

தனி. செயல் தேர்வுகள் தனி. இரண்டையும் முடித்தால் பலகட்ட இண்டர்வியூக்கள். அனைத்திலும் தேறி மீண்டால் மட்டுமே ராணுவ அகடமியின் ரெகுலர் பிரிவுக்கு அனுப்புவார்கள். கோஹட் பயிற்சி முகாம் ஒரு பள்ளிக்கூடம் மாதிரி.

பர்வேஸ் முஷாரஃப் அங்கிருந்த காலத்தில் அதிகாரிகளின் விருப்பத்துக்குரிய மாணவனாகவே இருந்தார். கொஞ்சம் முரட்டுத்தனம் அதிகம். மறதி அதிகம். அவசரத்தில் காரியம் செய்யும்போது, சில அபத்தங்கள் நேர்ந்துவிடும். தண்டனை என்று எதைக் கொடுத்தாலும் தயங்காமல், சந்தோஷமாகச் செய்து முடிக்கிற வினோத சுபாவம் படைத்த இளைஞன். செய்தபிறகு சரியாகச் செய்தேனா என்று ஒரு கேள்வி வேறு. ஆனாலும் தேறிவிடுவான். போய்வா இளைஞனே. பாகிஸ்தான் ராணுவத்தில் சேவை செய்ய உனக்கு வாய்ப்பளிக்கிறோம். உன்னை நிரூபித்துக் காட்டு.

சல்யூட் வைத்து மரியாதை செய்த இளைஞனை மானசீகமாக வாழ்த்தி ராணுவ லாரியில் ஏற்றி அனுப்பிவைத்தார்கள். இப்போது மேற்கு மூலையிலிருந்து கிழக்கு மூலைக்கு. இமய மலைத்தொடரின் இன்னொரு பகுதி.

பாகிஸ்தானின் வடகிழக்கு எல்லைப் பகுதி நகரமான அபோடாபாத்துக்கு அருகே ககுல் என்கிற இடத்தில் இருந்தது மிலிட்டரி அகடமியின் அதிகாரிகளுக்கான பயிற்சி நிலையம். பிரிட்டிஷ் இந்தியாவில் அது ஒரு கோடைவாசஸ்தலம். பிரிட்டிஷ் ராணுவ ஜெனரல்களும் கவர்னர்களும் பிற உயர் அதிகாரிகளும் சந்தோஷமாகப் பொழுது போக்குவதற்காக அங்கே குட்டி குட்டியாக பங்களாக்கள் கட்டிவைத்திருந்தார்கள். எங்கும் புல்வெளி. பூத்துச் சிரிக்கும் கொடிகள், செடிகள், மரங்கள். சலசலக்கும் ஓடைகள். சிறு சரிவுகளில் இறங்கினால் சமவெளி. ஏறினால் சிகரங்கள். மிதந்து போகும் மேகங்களைப் பிடிக்கக் கையைத் தூக்கவேண்டாம். குனிந்து காலைத் தொட்டால் போதும்.

இயற்கை அழகானது. இமயம் அதனைக் குத்தகை எடுத்திருக்கிறது. அதில் பெரும்பகுதி பாகிஸ்தானில் இருக்கிறது.

வேகமாக நுழைந்த ராணுவ லாரி மிலிட்டரி அகடமியின் பிரதான வாயிலில் வந்து பிரேக் அடித்து நின்றது. இரண்டு ஜவான்கள் ஓடி வந்து பின்புறத் தாழ்ப்பாளை விலக்கி, தடுப்புத் தகட்டைக் கீழே இறக்கினார்கள். உள்ளே நின்றுகொண்டிருந்த இளைஞர்கள் அத்தனை பேரும் எதற்கும் இருக்கட்டும் என்று ஒரு வரிசையில் நின்றார்கள். பர்வேஸ் முஷாரஃப் அந்த வரிசையில் முதலில் இருந்தார்.

'முட்டாளே, சிவப்புக் கம்பளமெல்லாம் விரிக்கமாட்டாகள். குதி கீழே!'

எங்கிருந்து யார் கத்தியது? தெரியவில்லை. பயத்தில் பொத்தென்று கீழே குதித்தார். ஒன்று. இரண்டு. மூன்று. பத்து. இருபது. நாற்பது. குதித்தார்கள்.

'இந்தப் பையன்களின் தலையைப் பார். முதலில் சலூனுக்குப் போகச் சொல்லு.' உத்தரவிட்டுவிட்டு உள்ளே போன வயதான அதிகாரியை பர்வேஸ் பார்த்தார். வியப்பாக இருந்தது. கோஹட்டில் டிரெய்னிங் தொடங்கும்போதே முடியை ஒட்ட வெட்டிவிட்டுத்தான் ஆரம்பித்தார்கள். அப்படியேதான் இன்றுவரை இருக்கிறது. சலூனுக்குப் போய் இன்னொரு பட்டாபிஷேகம் எதற்கு இப்போது? தவிரவும் இந்தப் பிராந்தியத்தில் சலூன் ஏதும் இருப்பதாகவும் தெரியவில்லையே?

பலிக்கு அழைத்துச் செல்லப்படும் மாலையிட்ட ஆடுகளைப் போல் அவர்கள் தமக்கு முன்னால் போய்க்கொண்டிருந்த சார்ஜண்டைத் தொடர்ந்துகொண்டிருந்தார்கள். பிரதானக் கட்டடம் தாண்டி குறுகலாக, மிக நீளமாகச் சென்ற வராண்டாவில் நடந்து, இன்னொரு பிரம்மாண்டமான கட்டடத்தை அடைந்தார்கள்.

'எல்லோரும் ஆறாவது மாடிக்குப் போகவும். முடி வெட்டிக் கொண்டு கீழே வரலாம்' என்று சொல்லிவிட்டு சார்ஜெண்ட் ஒதுங்கி நின்றான்.

பர்வேஸ் சுற்றுமுற்றும் பார்த்தார். அடடே, அங்கே லிஃப்ட் இருக்கிறது. ஒரு பட்டாலியனையே விழுங்கக்கூடிய அளவுக்கு பெரிய லிஃப்ட். வாருங்கள் நண்பர்களே.

அவர்கள் லிஃப்டை நோக்கி நடந்தபோது முதலில் கேட்ட அதிகாரியின் குரல் மீண்டும் கேட்டது. 'யூ ஃபூல்! மாடிப்படி இருப்பது உன் கண்ணுக்குத் தெரியவில்லை?'

'ஆனால் ஐயா.. ஆறாவது மாடி என்று சொன்னார்கள்...'

முறைத்தார். நல்லது. நீ முதலில் ஆறு முறை கீழிருந்து மேலே ஏறி இறங்கு. பிறகு முடி வெட்டிக்கொள்ளலாம். மற்றவர்கள் மேலே போய் வேலையைக் கவனியுங்கள்.

முதல் நாள். முதல் தண்டனை. பர்வேஸுக்கு சுருக்கென்று கோபம் வந்தது. இது அநியாயமல்லவா? இல்லை. அதுதான் நியாயம் என்று அங்கே சொன்னார்கள். உன் வயதென்ன? பத்தொன்பது. உனக்கெதற்கு லிஃப்ட்? ஆறாவது மாடி என்று சார்ஜெண்ட் சொல்லி முடித்த கணத்தில் நீ மூன்று மாடிகளைத் தாண்டியிருக்கவேண்டாமா? இதென்ன மிலிட்டரியா? மிலிட்டரி ஓட்டலா? ஓடு, ஓடு.

பர்வேஸ் புன்னகை செய்தார். நல்லது என் மதிப்புக்குரிய அதிகாரியே. ஆறு மாடிகள் ஏறி இறங்கப் பொதுவாக எத்தனை நிமிடங்கள் ஆகும்? ஐந்து நிமிடங்கள் என்று வைத்துக்கொள்வோமா? அதே ஐந்து நிமிடங்களில் நான் ஆறு முறை ஏறி இறங்கிக் காட்டுகிறேன். நின்று பாருங்கள்.

சரசரசரவென்று நான்கு நான்கு படிகளாகத் தாவி ஏறி மின்னலென விரைந்த இளைஞனை அந்த அதிகாரி சலனமற்ற முகத்துடன் பார்த்துக்கொண்டிருந்தார். ஒன்று. இரண்டு. மூன்று. நான்கு. ஐந்து. ஆறு. ரைட். கொஞ்சம் ஆசுவாசப்படுத்திக்கொள்ள விரும்புகிறாயா? தண்ணீர் வேண்டுமா?

நன்றி ஐயா. நான் இப்போது முடிவெட்டிக்கொள்ளப் போக வேண்டும். வருகிறேன். ஏழாவது முறை ஏறத் தொடங்கியபோதும் அந்த வேகத்தில் சிறு தொய்வும் இல்லாததை அவர் கவனித்தார். இந்தப் பையன் தேறிவிடுவான் என்று பக்கத்தில் இருந்தவரிடம் சொன்னார்.

○

‘நீ ஓர் அதிகாரியாக இருப்பதற்கு முதல் தகுதி என்ன என்று உனக்குத் தெரியுமா?’

உட்காரவைத்துப் பாடம் எடுத்துக்கொண்டிருந்த மிலிட்டரி வாத்தியார் கேட்டார். ஓய்வு பெற்ற மேஜர். ஒழிந்த நேரத்தில் புதிய வேர்களுக்கு நீர் பாய்ச்ச வந்திருந்தவர்.

அதிகாரியாக இருப்பதற்கு என்ன தகுதி வேண்டும்? படிக்காமல் ராணுவத்துக்கு வந்தால் சிப்பாய். படித்துவிட்டு வந்து பரீட்சைகளில் தேறினால் அதிகாரி. அவ்வளவுதானே? அதைத்தான் எல்லோரும் சொன்னார்கள்.

‘பர்வேஸ், நீ சொல்லு. நீ நாளைக்கு ஓர் அதிகாரியாகப் போகிறாய். ஒரு குறிப்பிட்ட தகுதி உன்னிடம் இல்லாவிட்டால் உனக்கு அந்த வாய்ப்பு கிடைக்காது. நீ வேகமாக ஓடலாம். குறி தவறாமல் சுடலாம். பீரங்கிகளை இயக்கலாம். விமானங்களை வீழ்த்தலாம். பத்து நாள் பசி தாங்கலாம். இன்னும் என்னென்னவோ வித்தைகள் புரிபவனாக இருக்கலாம். ஆனால் இதையெல்லாம் வைத்து உன்னை நாங்கள் அதிகாரியாக்கப்போவதில்லை. இன்னொன்று வேண்டும். அதிமுக்கியமான தகுதி. அது என்னவென்று உனக்குத் தெரியுமா?’

முஷாரஃப் யோசித்தார். சில வினாடிகள் மட்டுமே. சட்டென்று சொன்னார். ‘தெரியும் மேஜர். எனக்குக் கீழே இருக்கிற அத்தனை பேரையும் நான் சொல்வதை பதில் பேசாமல் நிறைவேற்றக்கூடியவர்களாக மாற்றத் தெரிந்திருக்கவேண்டும்.’

மேஜர் புன்னகை செய்தார். ‘நல்லது. எப்படி அவர்களை உன் வசப்படுத்துவாய்? அதற்கு நீ வைத்திருக்கும் ஆயுதம் என்ன?’

கண்டிப்பு என்று சிலர் சொன்னார்கள். கட்டளை என்று வேறு சிலர் சொன்னார்கள். நைச்சியமாகப் பேசிப் பழகவேண்டும் என்றும் சொன்னார்கள். முஷாரஃப் சொன்ன பதில், ‘பணி நேரம் தவிர மற்றப் பொழுதுகளில் நான் அதிகாரி இல்லை என்பதை அவர்களுக்குப் புரியவைப்பேன் மேஜர்.’

ராணுவ அகடமியில் தேறி வருவது உண்மையில் மிகவும் சிரமமான காரியம். எந்தக் கட்டத்தில் வேண்டுமானாலும் வீட்டுக்குப் போகச் சொல்லிவிடும் அபாயம் அங்கே உண்டு. அதிகாரிகளுக்கான தேர்வெல்லாம் எழுதி, தேறி, பயிற்சிகள் முடித்து, போஸ்டிங் போட்டு வண்டி ஏறுகிற தருணத்தில்கூடப் பலபேர் திருப்பியனுப்பப்பட்டிருக்கிறார்கள். அதன்பின் ஒரு சிப்பாயாகக் கூட அங்கே நுழையமுடியாது. முரட்டுத்தனத்துடன் கூடிய புத்திசாலித்தனம் வேண்டும். வேகத்துடன் கூடிய விவேகம் வேண்டும். கண்டிப்புடன் கூடிய கனிவு வேண்டும்.

முஷாரஃபிடம் இவை இருந்தன. எனவே அவர் தேர்ச்சி பெறுவதில் அதிகப் பிரச்னைகள் இருக்கவில்லை. ஆனால் பயிற்சியில் நிறையத் தவறுகள் செய்திருக்கிறார். ஏராளமான தண்டனைகள் கிடைத்திருக்கின்றன. சிறப்பு அதிகாரிகள் என்று பயிற்சியின் இறுதியில் தேர்வான நான்கு பேரில் அவரும் ஒருவர். மேல் படிப்புக்காக பிரிட்டனுக்கு அனுப்ப இருந்தார்கள். அப்போதும் ஒரு தவறு செய்து வாய்ப்பை இழந்தவர் அவர்.

ஏதோ உப்புப்பெறாத காரணத்துக்காக ஒன்பது மைல்கள் ஓடவேண்டும் என்று ஒரு தண்டனை வழங்கப்பட்டிருந்தது முஷாரஃபுக்கு. ஒன்பது மைல்கள்! மலைப்பாதையில் செத்து சுண்ணாம்பாகிவிட வேண்டியதுதான். தப்பிக்க முடியாது. ஓடித்தான் தீரவேண்டும். ஓட்டம் நல்லதுதான். ஒன்பது மைலும் நல்லதுதான். ஆனால் ஓடிக்கொண்டிருக்கும்போது ஒரு குறுக்கு வழி அவர் கண்ணில் பட்டது. குறைந்தது இருநூறு மீட்டர் தொலைவைத் தவிர்க்கக்கூடிய குறுக்கு வழி. சரி என்ன கெட்டுவிட்டது? ஒன்பது மைல் தொலைவுக்கும் கண்காணிக்க யாரும் கூடவரப்போவதில்லை என்ற நம்பிக்கையில் அந்த இருநூறு மீட்டர் குறுக்கு வழியில் ஓடி, தண்டனையை நிறைவேற்றி முடித்தார் முஷாரஃப்.

விதி யாரை விட்டது? அப்படியொரு யோசனை யாருக்கும் தோன்றக்கூடும் என்று எதிர்பார்த்து, சரியாக அந்தக் குறுக்குப் பாதையை பைனாகுலர் மூலம் கண்காணித்துக்கொண்டிருந்தார்கள்.

முஷாரஃப் மாட்டிக்கொண்டார். விளைவுகள் மிகவும் விபரீதமாகிவிடும் சூழல் ஏற்பட்டது.

தவறு செய்வது பெரிய விஷயமில்லை. தண்டனை அளிக்கப்பட்டு அதனைநிறைவேற்றுவதும். ஆனால்ஏமாற்ற நினைப்பது மாபெரும் குற்றம். நீ யாரை ஏமாற்றுகிறாய்? முட்டாளே. உன்னையேதான் நீ ஏமாற்றிக்கொண்டிருக்கிறாய். உன் பதவி உன்னைவிட்டுப் போகப் போகிறது. நீ லண்டனுக்குப் போகப்போவதில்லை. கராச்சிக்கு, உன் வீட்டுக்குத்தான் திரும்பிப் போகவிருக்கிறாய். உன்னை விட்டேனா பார் என்று அந்த அதிகாரி ருத்ரதாண்டவம் ஆடத் தொடங்கினார்.

முஷாரஃப் உண்மையில் மிகவும் பயந்துபோனார். ஒரு கண நேரத்தில் மனத்தில் உருவான ஒரு தப்பெண்ணம். கேவலம் இருநூறு மீட்டர். என் புத்தி ஏன் இப்படிப் போனது?

யார் யாரோ பேசினார்கள். ஆயிரம் விவாதங்கள். ஆலோசனைகள். இதனை அனுமதிக்கலாமா, கூடாதா? ஒருமுறையாவது இந்தத் தண்டனையை விதித்தால்தான் அடுத்து வருபவர்களுக்கு அது எச்சரிக்கையாக இருக்கும். பர்வேஸ் முஷாரஃபை வீட்டுக்கு அனுப்பிவிடுவதுதான் சிறந்தது.

தலைகுனிந்து நின்றிருந்தார் பர்வேஸ்.

இனி பேச ஒன்றுமில்லை. செய்யக்கூடியதும் ஒன்றுமில்லை. இருப்பது ஒரு பெட்டி. எடுத்துக்கொண்டு கிளம்பிவிட வேண்டியதுதானா? இதற்காகவா இத்தனை கனவுகள், இத்தனை கஷ்டங்கள் சுமந்தேன்? கண்ணில் நீர் முட்டிக்கொண்டு வந்தது.

‘ஒழிந்து போகிறான் சாலா. விட்டுவிடுங்கள். அவன் நல்ல பையன். திறமைசாலி. இன்னொருமுறை இப்படிப்பட்ட தவறு செய்யாமல் இரு. புரிந்ததா?’

முஷாரஃபால் தன் காதில் விழுந்த குரலை நம்பமுடியவில்லை. சேர்ந்த முதல் நாள் ஆறு மாடிகளை ஆறுமுறை ஏறி இறங்கச் சொன்ன அதே மேஜர். முரட்டு மேஜர். சிரிக்கத் தெரியாத மேஜர். பயிற்சிக் காலம் முழுதும் அவர் சிரித்து முஷாரஃப் பார்த்ததில்லை. யாருடனும் சகஜமாகப் பேசிப் பழகியும்.

நன்றி ஐயா. இது எனக்குப் பாடம். பர்வேஸ் முஷாரஃப் தன் வாழ்நாளில் ஒருபோதும் இனி குறுக்குவழி தேடமாட்டான். இதுநான் உயிரென மதிக்கும் என் தாய்நாட்டு ராணுவத்தின் மீது ஆணை.

ஆனால் தண்டனை இருந்தது. பட்டாலியன் ஜூனியர் அண்டர் ஆபீசராக இருந்த முஷாரஃபை ஆறு நிலைகள் பதவியிறக்கம் செய்து அறிமுக ஆபீசர் அந்தஸ்தில் தூக்கிப் போட்டார்கள். மிகக் கடுமையான தண்டனை அது. தனக்குப் பிறகு ராணுவத்துக்கு வந்த நான்கு பேட்ச் ஆள்களுக்கும் கீழே இருந்தாகவேண்டும்.

முஷாரஃப் நடந்ததை விழிப்புணர்வுடன் யோசித்துப் பார்த்தார். ஒரு தவறு. ஒரு தண்டனை. அந்தந்தத் தவறின் தன்மைக்கேற்ற தண்டனை. ஆனாலும் என்ன? நல்ல பையன். திறமைசாலி என்கிற சான்றிதழ் கிடைத்திருக்கிறது. இதுதான். இது ஒன்றுதான் இறுதி லாபம். இதனை வைத்துக்கொண்டுதான் மேலே போகவேண்டும். நல்லது என் அதிகாரிகளே. இற்றைக்கும் ஏழேழு பிறவிக்கும் உற்றோமே ஆவோம், உமக்கேநாம் ஆட்செய்வோம். ஆறு மாடிகளை ஐந்து நிமிடங்களில் ஏறி இறங்கியவன் நான். இப்போது ஆறு படிகள் கீழே இறக்கியிருக்கிறீர்கள். அவ்வளவுதானே? எனக்கு ஆறு மாதங்கள் போதும். மீண்டும் மேலே வந்துவிடுவேன்.

எல்லோருக்கும் மேலே. எல்லாவற்றுக்கும் மேலே.

O

'நிஜமாகவா? நீ கராச்சிக்கா வரப்போகிறாய்?'

நம்பமுடியாமல் கேட்டார் ஜரீன் முஷாரஃப் *(Zareen Musharraf)*.

'ஆமாம் அம்மா. நான் முடிவு செய்துவிட்டேன். எத்தனை நாள் உங்களையெல்லாம் விட்டுப் பிரிந்திருப்பது? எல்லோரும் பீரங்கிப் பயிற்சிக்குப் போகிறார்கள். நான் மட்டும் விமான எதிர்ப்புப் பயிற்சிக்கு விண்ணப்பிக்கப்போகிறேன். உத்தியோகம் முக்கியம்தான். எனக்கு நீங்களும் முக்கியம். தயாராக இருங்கள். எப்போதுவேண்டுமானாலும் வந்து வீட்டுக்கதவைத் தட்டுவேன்!' என்று சொல்லிவிட்டு போனை வைத்தார் முஷாரஃப்.

செகண்ட் லெஃப்டினண்ட் முஷாரஃப். இனி பயிற்சியின் அடுத்தக் கட்டத்துக்குப் போகவேண்டும். ராவல்பிண்டியில் பீரங்கிப் படைப் பயிற்சி நிலையம் தயாராக இருக்கிறது. விருப்பமில்லை. தினசரி படுத்தால் கராச்சி கனவில் வருகிறது. கண்ணில் நிற்கிறது. உருண்டு புரண்டு விளையாடி, மரமேறி, விழுந்து அடிபட்டு எழுந்து நடந்த கராச்சி. முதுகில் புத்தகப் பை மாட்டி அண்ணனுடன் பள்ளிக்குப் போன கராச்சி. கணக்குப் பாடம் தவிர வேறு எதுவுமே உனக்கு வரவில்லை. நீ எப்படித்தான் பிழைக்கப்போகிறாயோ என்று தினசரி இரவு சாப்பாடு போட்டபடிக்குப் பத்து நிமிடம் பிலாக்கணம் வைக்கும் அம்மாவும் அப்பாவும் வசிக்கிற கராச்சி.

அவர்கள் மட்டுமா? முஷாரஃபின் காதலியும் அங்குதான் வசித்துவந்தாள். கிழக்கு வங்காளக் காதலி. அம்மாவுக்கு அது தெரியாது. வீட்டில் வேறு யாருக்கும்கூடத் தெரியாது. பள்ளிப் பருவத்திலிருந்து மனத்துக்குள் அவர் பொத்திவைத்த பூந்தோட்டம் அது. முரட்டுப் பிள்ளைகளுக்குக் கணக்கும் வரும், காதலும் வரும். பதிமூன்று வயதில் தொடங்கிய காதலை, பத்து வருஷத்துக்குமேல் வீட்டுக்குத் தெரியாமல் மூடி வைக்கிற வித்தையும் சேர்ந்து வரும்.

'பர்வேஸ், நீ படித்து ஒரு ஆபீஸில் உத்தியோகத்தில் அமர்வாய் என்று எனக்குத் தோன்றவில்லை. விளையாட்டுகள் எல்லாம் உனக்கு நன்றாக வருகின்றன. தினம் தவறாமல் எக்சர்சைஸ் செய்கிறாய். ஆளும் நல்ல வளர்த்தியாக இருக்கிறாய். பேசாமல் ராணுவத்தில் சேர்ந்துவிடுகிறாயா? உனக்கு அதுதான் சரியாக வரும் என்று நினைக்கிறேன். எனக்கும் பெருமை மகனே!'

பேகம் ஜரீன் அடிக்கொருதரம் சொல்லிச் சொல்லி, முஷாரஃப் பள்ளியிறுதி வகுப்பைத் தாண்டுவதற்கு முன்னமே தன்னையொரு ராணுவவீரனாக உணர ஆரம்பித்திருந்தார். பிரிவினைக்குப் பிறகு அவருடைய குடும்பம் டெல்லியிலிருந்து புறப்பட்டு கராச்சிக்கு வந்து இறங்கிய கொஞ்ச காலத்திலேயே பாகிஸ்தான் அரசு உத்தியோகஸ்தராக இருந்த முஷாரஃபின் தந்தைக்கு துருக்கியில் இருந்த பாகிஸ்தான் தூதரகத்துக்கு மாற்றலாகி உத்தரவு வந்தது.

ஆரம்பப் படிப்பெல்லாம் அங்கேதான். அப்போதே அவரது தாய்க்குத் தோன்றிவிட்டது. இவன் படிக்கிற பிள்ளை இல்லை.

வெடிக்கிற பிள்ளை. ஒவ்வொரு வேளை உணவிலும் கண்டிப்பாக ஓர் இனிப்பு இருந்தாகவேண்டும் என்று அழுது அடம்பிடிக்கிறவன் தான். ஆனால் வாழ்வின் மிக இனித்த பாகமாக ஒரு காதலில் விழுவான் என்று யாராவது சொல்லியிருந்தால் கண்டிப்பாக நம்பியிருக்கமாட்டார். அவர்கள் துருக்கி பணி முடிந்து கராச்சி திரும்பியதும் தொடங்கிய அத்தியாயம் அது. வங்கத்துக் கிளி. அவளது பெற்றோரின் உத்தியோக நிமித்தம் கராச்சிக்கு வந்திருந்தார்கள். இடையில் லாஹூர், ராணுவம் என்று முஷாரஃப் ஆண்டுக்கொரு திசையில் பறந்துகொண்டிருந்தாலும் அடிமனத்தில் அவளது ஞாபகம் அப்படியேதான் இருந்தது. கராச்சி என்றால் காதல். காதல் என்றால் கல்கண்டு.

'மஹ்தி, எத்தனை காலம் கழித்து நான் கராச்சிக்குப் போகப்போகிறேன்! கண்டிப்பாக இந்தப் பயணத்தில் என் காதலியிடம் என் விருப்பத்தைச் சொல்லிவிடப் போகிறேன். கண்டிப்பாக நிச்சயதார்த்தம் முடிக்காமல் கராச்சியிலிருந்து திரும்பப் போவதில்லை.'

'என்ன சொல்கிறாய் பர்வேஸ்? நீ கராச்சிக்குப் போவது விமான எதிர்ப்புப் பயிற்சிக்காக. அதனை நினைவில் கொள்.'

'அது கிடக்கிறது. முதலில் காதல். அடுத்தது கல்யாணம். அப்புறம் விமானம். அதை எதிர்க்கப்போகிறேனா, அல்லது அதிலேயே ஏறி ஹனிமூனுக்கு எங்காவது போகப்போகிறேனா என்பதைப் போய்ச்சேர்ந்ததும் தெரிவிக்கிறேன்.'

மஹ்தி சிரித்தார். ஆல் தி பெஸ்ட் என்றார். பின்னாளில் பாகிஸ்தானின் விமானப்படைத் தளபதியாகப் பதவி வகித்தவர் அவர். முஷாரஃபின் செட். மிக நெருங்கிய சிநேகிதர்.

ஆனால் துரதிருஷ்டவசமாக அந்தக் காதல் முஷாரஃபுக்குக் கைகூடவில்லை. அவரது காதலியின் தந்தைக்கு மீண்டும் கிழக்கு வங்காளத்திலேயே வேலை மாற்ற உத்தரவு வந்துவிட, அவர்கள் குடும்பம் டாக்காவுக்குப் போய்விட்டது. முஷாரஃப் கராச்சிக்குப் போகாததற்கு அதுமட்டும் காரணமல்ல. அதுநாள் வரை அடிப்படைப் பயிற்சி முடித்த ஆபீசர்கள், விருப்பப்படி பீரங்கிப்

படைக்கோ, விமான எதிர்ப்புப் படைக்கோ போகலாம் என்று இருந்தது. அந்த ஆண்டு சட்டத்தை மாற்றிவிட்டார்கள். பீரங்கி முடியாமல் விமானம் கிடையாது!

○

யுத்தம் நெருங்கிக்கொண்டிருந்தது. இரண்டாவது இந்திய - பாகிஸ்தான் யுத்தம். 1965ம் வருஷ யுத்தம். எப்படியும் முந்தைய 1948 யுத்தத்தைக் காட்டிலும் இம்முறை மிகக் கடுமையாக இருக்கும் என்று அயூப் கான் நினைத்தார். காரணங்கள் அப்படி.

ஒரு கணக்குப் போட்டார்கள். மிக எளிய கணக்கு. இந்தியாவுக்கு இப்போது நேரம் சரியில்லை. அடுத்தடுத்து அடிகள் விழுந்துகொண்டிருக்கின்றன. உடலும் உள்ளமும் நலம்தானா என்று கேட்கவே தேவையில்லை. நலமில்லை என்று நன்றாகவே தெரிகிறது. சீன யுத்தத்தில் தோற்றிருக்கிறார்கள். காஷ்மீர் ஹஜ்ரத் பால் மசூதி விவகாரம் பூதாகாரமாகியிருக்கிறது. அங்கே முஹம்மது நபியின் முடி ஒன்றை பொக்கிஷமாக வைத்துப் பாதுகாத்துவருகிறார்கள். அது இப்போது காணோம். காஷ்மீரத்து முஸ்லிம்கள் கொதிப்பின் எல்லையில் இருக்கிறார்கள். ஜவாஹர்லால் நேரு மறைந்துவிட்டார். சீனாவிடம் தோற்ற துக்கம் அவர் உயிரைக் குடித்துவிட்டது. இந்தப் பக்கம் கட்ச் வளைகுடாப் பகுதியில் ரான் பிராந்தியத்தை முன்வைத்து இரு தேசத்துப் படைகளும் மோதிக்கொள்ள, அதிர்ஷ்டவசமாகப் பாகிஸ்தான் கை மேலோங்கிப் போனது. ஒரே முடிவு. ஒரே தீர்மானம். இந்திய ராணுவத்தின் பலம் குன்றியிருக்கிறது. ஒரு ஜீரணோத்தாரண அஷ்டபந்தன மகாகும்பாபிஷேகம் செய்தாகவேண்டும்.

செய்துகொண்டுதான் இருக்கிறார்கள். கட்டமைப்பில் மாறுதல். பயிற்சிகளில் மாறுதல். ஆயுதங்களில் மாறுதல். நல்லது. அவர்கள் அதைச் செய்துகொண்டிருக்கட்டும். இது நமக்கொரு வாய்ப்பு. காஷ்மீருக்காக ஏன் இன்னொரு முயற்சி மேற்கொண்டு பார்க்கக்கூடாது?

ஐ.எஸ்.ஐ. கேட்டது. அதிபர் அயூப் கான் சரி என்று சொன்னார். வழக்கத்தை மாற்றவேண்டாம். ஆதிவாசிப் படைகளை முன்னால்

அனுப்புங்கள். ஆயுதம் தாங்கிய ராணுவம் பின்னால் போகட்டும். என்னதான் நடக்கிறது பார்த்துவிடலாம்.

அவர்களுக்கு அப்போது அந்தத் தேவையும் இருந்தது. 1948 யுத்தத்தில் இந்திய ராணுவம் பாகிஸ்தான் ஆக்கிரமித்திருந்த பகுதிகளில் அநேகமாக முக்கால்வாசி மீட்டுவிட்டிருந்தது. இழந்தது பற்றிய உறுத்தல் பதினேழு வருடங்களாக இருந்து வருவது. மீட்காமல் எப்படி?

வழக்கம்போல் ஊடுருவினார்கள். வழக்கம்போல் யுத்தத்துக்கான தொடக்கப்புள்ளியை வைத்தார்கள். அதற்கு 'ஆபரேஷன் ஜிப்ரால்டர்' என்று பெயரிட்டார்கள். வழக்கம்போல் இந்தியா பதிலளிக்கத் தயாரானது. யுத்தம் என்று அறிவிக்கப்பட்டது.

பாகிஸ்தான் ராணுவ அதிகாரிகளை அவரவர் திறமையின் அடிப்படையில் பிரித்து வேறு வேறு பகுதிகளுக்கு அனுப்பத் தொடங்கினார்கள். லெஃப்டினண்ட் முஷாரஃப் கசூர் கேம் கரன் என்னும் பகுதியில் ஓர் ஓடையைக் கடக்கப் பாலம் அமைக்கும் பணிக்கு அனுப்பப்பட்டார். கொஞ்சம் பெரிய ஓடை. கடந்துவிட்டால் இந்திய எல்லை. கடந்தாகவேண்டும். இந்தியா முழு வேகத்தில் தாக்கத் தொடங்கிவிட்டது. எடுத்த எடுப்பில் பாகிஸ்தான் வசம் இருக்கும் காஷ்மீரின் மூன்று முக்கியப் பகுதிகளைக் (சிகரங்களை) கைப்பற்றிவிட்டார்கள். மேலும் முன்னேறுவதற்குள் தடுத்து நிறுத்த வழிபார்க்கவேண்டும்.

அன்றைக்கு செப்டெம்பர் ஏழாம் தேதி. அதிகாலை ஒன்று முப்பதுக்குப் பாலம் அமைக்கத் தொடங்கினார்கள். விடிவதற்கு முன்னால் முக்கால்வாசிப் பாலம் கட்டிமுடிக்கப்பட்டுவிட்டிருந்தது. முஷாரஃப் சொல்லியிருந்தார். விடிகிற வேளை நாம் இந்தியாவுக்குள் இருக்கவேண்டும். அல்லது உலகத்திலேயே இருக்கக்கூடாது.

வெறும் பலகைகளையும் கயிறுகளையும் கொண்டு உருவாக்கப்பட்ட பாலம். அத்தனை ஒன்றும் கஷ்டமில்லைதான். ஆனால் ராணுவம் பாலம் கட்டிக்கொண்டிருக்கும்போது எதிரி விமானங்கள் தாக்கத் தொடங்கினால் சர்வநாசம் ஆகிவிடும்.

பாலம் மட்டுமல்ல. படையும்கூட. பாலம் கட்டுவது பெரிதில்லை. யாரும் மூச்சுவிடும் சத்தம் கூடக் கேட்காமல் வேலை செய்யவேண்டுமென்பது முக்கியம். வெளிச்சம் கூடாது. பதற்றம் கூடாது. ஓய்வெடுக்க அனுமதி கிடையாது. உழைத்து முடித்துவிட்ட பிறகும். நாய்களும் ஓநாய்களும் ஓயாமல் குரைத்துக்கொண்டிருக்கின்றன. அந்தச் சத்தம்தான் நமக்கிருக்கும் ஒரே வசதி. நாம் எழுப்பும் சத்தங்கள் அதில் கரைந்துபோய்விடும்படி பார்த்துக்கொள்ளுங்கள்.

முஷாரஃப் கட்டளையிட்டுவிட்டு ஒரு மேஸ்திரி மாதிரி மேற்பார்வை பார்த்துக்கொண்டிருக்கவில்லை. வீரர்களுடன் தானும் பலகைகளைச் சுமந்துவந்து தண்ணீரில் போட்டார். கயிற்றை இழுத்துப் பிடித்துக்கொண்டு ஆற்றில் இறங்கி முன்னால் நடந்தார். தடுக்கி விழும் வீரர்களைத் தாங்கிப் பிடித்துத் தூக்கி நிறுத்தி, தட்டிக்கொடுத்தார். அவர்களுக்குத் தானே டீ போட்டுக்கொண்டு வந்து கொடுத்து உற்சாகப்படுத்தினார்.

எனவே, பாலம் தயாரானது. மறுநாள் விடியும் வேளை இந்திய எல்லையில் இருந்தபடிக்குத் தன் தாய்க்குக் கடிதம் எழுதினார். அன்புள்ள அம்மா, இந்தியாவிலிருந்து இதனை எழுதுகிறேன். பதினைந்து கிலோமீட்டர் உள்ளே வந்துவிட்டோம். இதுவரை ஒரு பிரச்னையும் இல்லை. இனியும் இருக்காது. ஜெயித்துவிட்டு வந்து மிச்சக்கதை சொல்கிறேன்.

ஆனால் ஜெயிக்க முடியவில்லை. கடும் சேதம்தான். பலத்த இழப்புத்தான். சந்தேகமில்லை. லெஃப்டினண்ட் முஷாரஃபின் போர்க்களச் செயல்பாடுகளால் கவரப்பட்டு பல இடங்களுக்கு அவரது படையை மாற்றி மாற்றி அனுப்பியது ராணுவ மேலிடம். அவர்மீதிருந்த பல அதிருப்திகளும் கசப்புகளும் கட்டளையை மதிக்காத இளம் முரடன் என்கிற பிம்பமும் அந்த யுத்தத்தில் காணாமல் போயின என்பதுதான் ஒரே லாபம். போருக்குப் புறப்படவேண்டிய தருணத்தில் கட்டளையை மீறி எட்டுநாள் அவர் ஊருக்குப் போய் சும்மா இருந்துவிட்டுத் திரும்பிய காரணத்தால் ராணுவ நீதிமன்றத்தில் வழக்கே தொடர்ந்திருந்தார்கள். ஆனால், யுத்த சமயத்தில் உயிரைப் பணயம் வைத்து அவர் செய்த சில காரியங்களின் விளைவாக அந்த வழக்கு திரும்பப் பெறப்பட்டது.

'சிப்பாய், உன்னை நாங்கள் வேறு மாதிரி நினைத்திருந்தோம். உன் முரட்டுத்தனத்தை மீறிய தேசப்பற்றை இந்த யுத்தம் நிரூபித்திருக்கிறது. நமக்கு லாபகரமாக அமையாத யுத்தம்தான். ஆனாலும் உனக்குக் கொஞ்சம் மகிழ்ச்சியைக் கொடுக்க ராணுவம் முடிவு செய்திருக்கிறது. இன்று முதல் நீ கேப்டன் ஆகிறாய்!'

விரைப்புடன் சல்யூட் அடித்து முஷாரஃப் அதனை ஏற்றுக்கொண்டார். அதன்பின் பணியில் படியேறுவது அவருக்குச் சிரமமாக இல்லை. எஸ்.எஸ்.ஜி. என்று அழைக்கப்பட்ட சிறப்புப் பாதுகாப்புச் சேவைப் பிரிவில் கமாண்டோ பயிற்சி. தொடர்ந்த 1971 யுத்தத்துக்குப் பிறகு கம்பெனி கமாண்டர். பிறகு பிரிகேட் கமாண்டர். பிரிகேடியர் ஜெனரல். மேஜர் ஜெனரல். லெஃப்டினண்ட் ஜெனரல்.

இடையில் அவருக்கு வேறு இரண்டு பதவிகள் கிடைத்தன. ராணுவப் பதிவேடுகளில் அது இல்லாது போனாலும் மிகவும் முக்கியமானவை. திருமணம். குழந்தைகள்.

கேப்டன் ஆனதுமே அவருக்குத் திருமணம் ஆனது. சேபா ஃபரீத் அவருடைய மனைவி.

'இதோ பாருங்கள். எனக்கு மீசை உள்ள பையன் வேண்டாம். டீசண்டாக டிரெஸ் பண்ணத் தெரியாதவன் வேண்டாம். வெகு முக்கியம், வருகிறவன் ஹேர் ஸ்டைல் எனக்குப் பிடித்திருந்தால்தான் திருமணத்துக்குச் சம்மதிப்பேன்' என்று முன்னதாக சேபா தன் வீட்டாரிடம் சொல்லியிருந்தார்.

பெண் பார்க்கப் போனபோது முஷாரஃப் மீசையுடன் தான் போனார். அதை எடுக்க முடியாது என்றும் சொன்னார். தவிரவும் ஒரு தொளதொள சட்டையும் அரை நிக்கரும் அணிந்து, கலைந்த தலையுடன் தன்னைப் பார்க்க வந்தவரை சேபா எப்படி அங்கீகரித்தார் என்பதற்கு பதில் கிடையாது. திருமண வயதில் போடும் கட்டளைகளெல்லாம் வினாடிப் பொழுதுகளில் உதிர்ந்துவிடக்கூடியவை. நான் ஒரு பெண். நீ ஒரு ஆண். அதற்குமேல் வேறென்ன?

நல்ல மலைப் பகுதியில், கடும் குளிரில், ஆள் அரவமற்ற காட்டுப்பகுதியில் முஷாரஃப் பணியாற்றிக்கொண்டிருந்த காலத்தில் அவருக்கு இரண்டு குழந்தைகள் பிறந்தன. ஒரு பெண். ஒரு பிள்ளை. 1968ல் திருமணம். எழுபதில் அய்லா. எழுபத்தொன்றில் பிலால். அது முஷாரஃபின் ராணுவ நண்பர் ஒருவரின் பெயர். அவரது ஞாபகார்த்தமாக வைத்த பெயர்.

1995ம் ஆண்டு லெஃப்டினண்ட்ஜெனரல் அந்தஸ்துக்கு வந்து சேர்ந்தபோது முஷாரஃபுக்கு வயது ஐம்பத்தி இரண்டு. நிறைய களங்கள். ஏராள அனுபவங்கள். அனைத்திலும் முக்கியம், ராணுவத்தில் அவருக்கு இருந்த நல்ல பெயர். பெரிய அதிகாரி. ஆனால் எளிமையாகப் பழகுவார். போதாது? அவருக்கு அடுத்த நிலை அதிகாரி தொடங்கி கடைசிச் சிப்பாய் வரைக்கும் இந்தப் பெயரை அவரால் எடுக்கமுடிந்ததுதான் முஷாரஃபின் வாழ்வில் மகத்தான சாதனை.

தேசப்பற்று மிக்க, விசுவாசமான, நேர்மையான அதிகாரி. இட்ட கட்டளை எதுவானாலும் செய்து முடிக்காமல் அடுத்த வேளை சோறு உண்ணமாட்டார். நீங்கள் முஷாரஃபை நம்பலாம். முழுக்க நம்பலாம்.

அப்படித்தான் முதல் முதலில் அவரைப் பற்றி உளவுத்துறை பிரதமர் நவாஸ் ஷெரீஃபுக்கு ரிப்போர்ட் கொடுத்தது. அது 1998ம் வருடம். அக்டோபர் மாதம் ஏழாம் தேதி.

முஷாரஃபுக்கு மேலே பல அதிகாரிகள் காத்திருக்கிறார்கள். பதவி உயர்வுக்கான காத்திருப்பு. ராணுவத்தின் மிக உயர்ந்த பதவியில் அமர்வதற்கான காத்திருப்பு. கிடைக்குமா, கிடைக்காதா என்று யூகிக்கமுடியாத பதவி அது. சீனியாரிட்டி மட்டும் போதாது. இன்னும் பல விஷயங்கள் வேண்டியிருக்கும் பதவி. அந்தப் பல விஷயங்கள் என்னவென்பது பொதுவில் வெளியே பேசப்படமாட்டாது. சந்தர்ப்பங்களுக்கேற்ப மாறக்கூடியவை அவை. நபர்களுக்கேற்பவும். சிலர் மிகத் தீவிரமாக அதற்கு முயற்சி செய்துகொண்டும் இருந்தார்கள். முக்கியமாக லெஃப்டினண்ட் ஜெனரல் அலி குலி கான். தனக்கும் ஜனாதிபதி ஃபாரூக்

லாஹிரிக்கும் இடையில் இருந்த நெருக்கத்தை முன்வைத்து எப்படியும் தனக்கு அந்தப் பதவி கிடைத்துவிடும் என்று மிலிட்டரி குவார்ட்டர்ஸ் முழுதும் செய்தி பரப்பிக்கொண்டிருந்தவர் அவர்.

சௌக்கியமாக இருக்கட்டும். நவாஸ் ஷெரீஃப் ஒரு முடிவுக்கு வந்திருந்தார். முஷாரஃப் உள்பட யாரும் எதிர்பார்த்திராத முடிவு அது.

சரி, ஜெனரல் முஷாரஃபை உடனே வரச் சொல்லுங்கள் என்று உத்தரவிட்டார்.

௩. போருக்குப் போகிறேன், விடை கொடுங்கள்!

ஊர் அடங்கிவிட்டிருந்தது. எட்டு மணிக்கெல்லாம் பொதுவாகப் பிராந்தியம் இப்படி வெறிச்சோடிப் போனதில்லை. இன்றைக்கு என்னமோ எல்லோரும் வீட்டுக்குள் முடங்கிவிட்டிருந்தார்கள். முஷாரஃப் இரவு உணவை முடித்துவிட்டு, டிவியை ஆன் செய்துவிட்டு அமர்ந்தார். பக்கத்தில் மனைவி சேபா ஃபரீத்.

தொலைபேசி அழைத்தது. எதிர்முனையில் பிரதமரின் ராணுவச் செயலாளர்.

'என்ன விஷயம்?'

'பிரதமர் உங்களுடன் பேச விரும்புகிறார்.'

'தொலைபேசியிலா?'

'இல்லை. நேரில். நீங்கள் உடனே புறப்பட்டு வரமுடியுமா?'

'இப்போதேவா!' முஷாரஃபுக்கு ஆச்சர்யமாக இருந்தது. அவர் வீடு இருந்த இடம் மங்களா கார்ப்ஸ் குவார்ட்டர்ஸ் என்னும் ராணுவக் குடியிருப்புப் பகுதியில். இஸ்லாமாபாத்திலிருந்து தொண்ணூறு கிலோ மீட்டர் தொலைவு.

'ஆம் ஜெனரல். உடனே, மிக உடனே.'

'அப்படி என்ன அவசரம்? தவிரவும் நான் ஜெனரல் ஜஹாங்கீர் கராமத்துக்கு விஷயத்தைச் சொல்லி, அனுமதி பெற எப்படியும் அவகாசம் பிடிக்குமே?'

'மன்னிக்கவும். அதெல்லாம் தேவையில்லை என்று பிரதமர் கருதுகிறார். நீங்கள் யாரிடமும் சொல்லாமல் உடனே வரவேண்டும் என்று உத்தரவு.'

முஷாரஃப் மிகவும் குழம்பிப்போனார். அழைப்பது பிரதமர். நாட்டின் தலைவர். ஆயினும் ஒரு அரசியல்வாதி. எதற்கும் ஒரு முறை என்று ஒன்று இருக்கிறதல்லவா. லெஃப்டினண்ட் ஜெனரல் ஒருவர் தனது தலைமைத் தளபதியின் அனுமதியின்றி பிரதமர் உள்பட யாரையும் சந்திப்பது மரபு கிடையாது. அது சட்டபூர்வமும் அல்ல. பின்னால் ஏதாவது பிரச்னை வருமானால் யாருக்குத் தலைவலி? நவாஸ் ஷெரீஃபுக்கு ஒரு பிரச்னையும் இல்லை. அரசியல்போல் சௌகரியமான பிழைப்பு வேறில்லை. எதையும் செய்யலாம். என்னவும் பேசலாம். எப்படியும் மாற்றிக்கொள்ளலாம், விருப்பப்படி. ஆனால் ஒரு ராணுவ அதிகாரி அதையெல்லாம் செய்யமுடியாது.

'எனக்குப் புரியவில்லை. ஜெனரல் ஜெஹாங்கீர் கராமத்..'

'ப்ளீஸ் ஜெனரல் முஷாரஃப். விவாதம் நமக்குள் வேண்டாம். இது பிரதமர் உத்தரவு. நீங்கள் உடனே சீருடை அணிந்து புறப்படுவது நல்லது.'

சடாரென்று மண்டைக்குள் மின்னலடித்தாற்போலிருந்தது. சீருடை என்றதும்தான் முஷாரஃபுக்குக் குழப்பங்கள் விலகின. சந்தேகம் இனி கூடாது. அதுதான். அது மட்டும்தான். வேறு எதுவாகவும் இருந்துவிட முடியாது. சரி, வருகிறேன் என்று சொன்னார். மனைவியிடம் சொல்லிவிட்டு ஒரே ஒரு செக்யூரிடி கார்டை உடன் அழைத்துக்கொண்டு புறப்பட்டார்.

எத்தனை நாள் கனவு! ஒரு சாதாரண ஜூனியர் ஆபீசராக ராணுவத்தில் நுழைந்து முப்பத்தியேழு வருடங்கள் முடிந்து

விட்டன. பாகிஸ்தானும் அதன் ராணுவமும் நிறைய மாறுதல்களைச் சந்தித்த காலம் அது. ராணுவத் தளபதிகள் ஆட்சியதிகாரத்துக்குப் போயிருக்கிறார்கள். அரசியல்வாதிகள் ராணுவத்தை ஆட்டிவைத்திருக்கிறார்கள். ஜனாதிபதிகள் குட்டையைக் குழப்பியிருக்கிறார்கள். பலமுறை ஆட்சிகள் கவிழ்க்கப்பட்டிருக்கின்றன. ஒவ்வொருமுறையும் ராணுவம் தலையிட்டிருக்கிறது. காலம்தான் எத்தனை வினோதமான கோலங்கள் கொள்கிறது! அயூப் கான் மாதிரி யாஹியா கான் இல்லை. யாஹியா மாதிரி ஜுல்ஃபிகர் அலி புட்டோ இல்லை. புட்டோவைப் போல் அவர் மகள் பேனசிர் இல்லை. நவாஸ் ஷெரீஃப் யாரைப் போலவும் இல்லை. ஆ, மறந்துவிட்டேன். ஜெனரல் ஜியா உல் ஹக். முற்றிலும் தனிப்பிறவி. வேறு ஜாதி.

ராணுவத்தில் பல படிகள் மேலே ஏறிப் போகப்போக அரசியலுக்குள் நிகழ்வது அனைத்தும் மிக நெருக்கமாக விழியில் விழுந்து இதயம் நுழைந்து உயிரில் கலந்துவிடுவது தவிர்க்க முடியாததாகிவிடுகிறது. குறிப்பாக, தொண்ணூறுகளின் தொடக்கத்திலிருந்து இந்த 98ம் வருடம் வரைக்கும் எத்தனை எத்தனை களேபரங்களை தேசம் சந்தித்துவிட்டது!

ஐந்து வருட ஆட்சி என்பது பேருக்குத்தான். எட்டு வருடங்களில் நான்கு முறை ஆட்சி மாறிவிட்டது. இரண்டு அரசியல்வாதிகள். பேனசிர் என்றொருவர். நவாஸ் ஷெரீஃப் என்றொருவர். இவர் மாறி அவர். அவர் மாற்றி இவர். மீண்டும் இவர் மாற்றி அவர். அவர் மாற்றி இவர். டாம் அண்ட் ஜெர்ரி மாதிரி இந்த இரண்டு பேரும் அடித்துக்கொள்வதும் குடுமி பிடி சண்டையிடுவதும் சர்வதேச மீடியாவுக்கு எப்போதும் விருப்பமான பொழுதுபோக்காகிவிட்டது. ஒருவேளை பாகிஸ்தான் மக்களும் இவர்களுடைய அரசியலைத் தங்கள் பொழுதுபோக்குக்கு அம்சங்களுள் ஒன்றாகக் கருதத் தொடங்கிவிட்டார்களா என்ன?

அரசியலில் குழப்பம் மிகும் தருணங்களிலெல்லாம் ராணுவம் தலையிடவேண்டிய அவசியம் நேர்ந்திருக்கிறது. பக்கத்து இந்தியாவில் இந்தப் பிரச்னை இல்லை. ராணுவத்துக்கும் ஆட்சிகளுக்கும் சம்பந்தம் கிடையாது. ஆனால் பாகிஸ்தானில்

அப்படியில்லை. ஆட்சியாளர்கள்மீதும் நீதித்துறையின்மீதும் மக்கள் அடிக்கடி நம்பிக்கை இழக்கவேண்டி நேர்ந்துவிடுகிறது. அப்போது ராணுவம் இடையில் நுழைவது தவிர்க்கமுடியாததாகிவிடுகிறது. ஜெனரல் ஜியா உல் ஹக் எப்போதும் சொல்லுவார். நாமாகப் போகிறோம் என்றா நினைக்கிறீர்கள்? தவறு. மக்கள் நம்மை எதிர்பார்க்கிறார்கள். அவர்களை ஏமாற்றும் உரிமை நமக்கில்லை.

மக்கள் உண்மையில் என்ன எதிர்பார்க்கிறார்கள்? புரியவில்லை. அதிகாரி சொல்வதைக் கேட்டுக்கொள்வது தவிர வேறு வழியில்லை. ஏதோ நடக்கிறது. நல்லதாக இருந்தால் சரி.

அப்படித்தான் இருந்தார் முஷாரஃப். அயூப் காலத்தில் காஷ்மீர் யுத்தம். யாஹியா காலத்தில் பங்களாதேஷ் யுத்தம். ஜியா காலத்தில் பல உள்நாட்டுக் குழப்பங்கள். அனைத்துக்கும் ராணுவம் தேவைப்பட்டது. அனைத்திலும் முஷாரஃப் பங்களித்திருந்தார். தன்னால் இயன்ற அளவுக்குச் சிறப்பாக. மேன்மையாக. யாரும் குறை சொல்லாவண்ணம். மேலிடம் சமயத்தில் பாராட்டும் வண்ணம். ஆனால் அவருக்கு ஒரு விஷயம் புரிந்திருந்தது. ராணுவ ஆட்சியாளர்கள் இருக்கிற காலங்களில் அரசுக்கும் ராணுவத்துக்குமான உரசல் என்று ஏதும் வருவதில்லை. அரசியல்வாதிகள், ஜனநாயகத்தின் பெயரால் ஆட்சியைக் கேலிக்குள்ளாக்கும்போது எப்போதும் பற்றிக்கொண்டுவிடுகிறது. ஏதாவது ஒரு விதத்தில். எங்காவது ஒரு மூலையிலாவது.

இப்போது நவாஸ் ஷெரீஃப் தன்னை அழைத்திருப்பது மட்டும் என்ன? ஜனநாயக விரோதம்தான். சந்தேகமே இல்லை. ஜெனரல் ஜஹாங்கீர் கராமத் பதவிக்கு வந்து இன்னும் மூன்றாண்டுகள் பூரணமாக முடியவில்லை. அதற்குள் தளபதியை மாற்றவேண்டும் என்று ஒரு பிரதமர் நினைப்பதே தவறு அல்லவா? ஆனாலும் நினைக்கிறார் என்றால் அதற்கென்ன காரணம்? இது முதலாவது.

அடுத்தது, தனக்குமேலே சீனியர்களாகப் பதவிக்குக் காத்திருப்போரின் எண்ணிக்கை. எப்படியும் நான்குக்குக் குறையாது. மிகவும் வடிகட்டினாலும் மூன்று. ஜெனரல் அலிகுலி கான் அதில் முதலாவது. தனக்கு ஒரு செட் மூத்தவர். இப்போதே

இணைத் தலைமைக் குழுவின் தலைவராக இருக்கிறார். திறமையில் கொஞ்சம் முன்னப்பின்ன இருந்தாலும் நியாயப்படி அவருக்குக் கிடைக்கவேண்டிய பதவி. எதனால் நவாஸ் தன்னை அழைத்திருப்பார்?

முன்னதாக, முந்தைய இரு மாதங்களில் பிரதமரின் நடவடிக்கைகள் பல மிகுந்த மர்மம் பூசிக்கொண்டிருந்ததைத் தனது சக அதிகாரிகள் ரகசியமாக விவாதித்தது முஷாரஃபின் நினைவுக்கு வந்தது. அரசியல் சாசனத்தின்படி ஒரு பிரதமரின் ஆட்சி சகிக்கமுடியாத நிலையை அடையுமானால், அதனைக் கலைத்துவிட்டு மறு தேர்தலுக்கு அழைப்பு விடுக்கும் அதிகாரம் ஜனாதிபதிக்கு உண்டு. ஒரு சிறு சட்டத் திருத்தம் மூலமாக அந்த அதிகாரத்தையே நவாஸ் பறித்துவிட்டிருந்தார். அரசியல் சாசனம் என்பது என்ன? அதுவும் எழுதப்பட்ட ஒரு தாள். யாரும் மாற்றி எழுதலாம். எடிட் செய்யலாம். ஒதுக்கி வைத்துவிட்டுப் புதிய சாசனங்களையும் தயாரிக்கலாம். ராணுவம் ஆட்சியைப் பிடிக்கும்போதெல்லாம் அதுதான் நடக்கிறது. நவாஸ் தன்னளவில் பாதி ராணுவ மனோபாவம் கொண்டவராக இருப்பதுதான் பிரச்னை.

இன்னொன்றும் செய்தார். முப்படைத் தலைவர்களை நியமிக்கும் அதிகாரமும் இணைத்தலைமைக் குழுவைத் தேர்ந்தெடுக்கும் பொறுப்பும் அதுவரை ஜனாதிபதியுடையதாகவே இருந்துவந்திருக்கிறது.

அவருக்கு எதற்குக் கஷ்டம்? அந்தப் பொறுப்பும் இனி என்னையே சாரும் என்று நவாஸ் அறிவித்தார். இதையெல்லாம் யார் கேட்பது? வோட்டுப் போட்ட மக்கள் அடுத்தத் தேர்தலில் பார்த்துக்கொள்ளலாம் என்று இருந்துவிடுவார்கள். கூட்டணி வைத்தவர்களுக்கு ஒப்பந்தப்படி நடந்துகொண்டால் போதும். எதிர்க்கட்சிகள் கத்தும், கூச்சலிடும், புலம்பும், கோஷம் போடும். சந்தோஷமாகச் செய்யட்டும். ஜனநாயக தேசத்தில் அதற்குக் கூட உரிமை தராத அளவுக்கு நவாஸ் சர்வாதிகாரியல்ல. அவரும் ஜனநாயகவாதி. அவர் போடாத கோஷங்களா, வேஷங்களா, கூட்டங்களா?

முஷாரஃப் சென்றுகொண்டிருந்த ராணுவ ஜீப் இஸ்லாமாபாத்தின் எல்லையை நெருங்கியபோதே அவருக்கு விஷயம் உறுதியாகி விட்டது. வழியில் அழைத்த இன்னொரு தொலைபேசிக் குரல். அது அவருடைய நண்பர் ஒருவரின் குரல். ஐ.எஸ்.ஐ.யின் மூத்த கமாண்டர்களுள் ஒருவர்.

'வாழ்த்துகள் பர்வேஸ். நீங்கள் ராணுவத் தலைமைத் தளபதியாகப் பதவி உயர்த்தப்பட்டிருக்கிறீர்கள்.'

தெரிந்ததுதான் என்று காட்டிக்கொண்டுவிடக்கூடிய தருணம் அல்ல அது. அப்படியா, எப்படி இது, ஏன் இது என்று சில சம்பிரதாயமான சொற்களுக்குப் பின் நன்றி சொல்லி போனை வைத்தார்.

பிரதமரின் வீட்டை அவர் அடைந்தபோது மணி இரவு பத்துக்குமேல் ஆகிவிட்டிருந்தது. காத்திருந்தார். ஃப்ரெஷ்ஷாக இருந்தார். எப்போதும் அணியும் அதே ஷெர்வானி. அதே ஒருகணம் உதித்து மறையும் மரியாதை நிமித்தப் புன்னகை. அதே கைகுலுக்கல். அதே உணர்ச்சியற்ற குரல்.

'வாருங்கள் ஜெனரல் முஷாரஃப். நாளை முதல் உங்களை இந்த தேசத்தின் தலைமை ராணுவத் தளபதியாக நியமித்திருக்கிறேன்.'

'ஆனால் ஐயா, ஜெனரல் ஜஹாங்கீர் கராமத்..'

'அதைப்பற்றி நீங்கள் கவலைப்பட வேண்டாம். ஜெனரல் ஜஹாங்கீர் ராஜினாமா செய்து விட்டார். அவருக்கு நான் வேறு பொறுப்பு அளிக்கலாம் என்று உத்தேசித்திருக்கிறேன். தேசம் இப்போது ஒரு துடிப்புமிக்க ராணுவத் தலைமையை எதிர்பார்க்கிறது.'

முஷாரஃப் எழுந்து நின்றார். விரைப்பாக சல்யூட் வைத்தார். அது மரபு. நன்றியை வெளிப்படுத்தும் விதம்.

'என்ன சாப்பிடுகிறீர்கள்? மணி பத்துக்கு மேல் ஆகிவிட்டது..'

'நன்றி ஐயா. எனக்கு எதுவும் வேண்டாம். என்னால் முடிந்த வரை உங்களுக்கு உறுதுணையாக நிற்பேன். என் ராணுவம் எப்போதும் இந்த தேசத்தின் நலனுக்காக உழைக்கும்.'

'குட். நாளை பதவிப் பிரமாணத்துக்கு நீங்கள் தயாராகவேண்டும். விழாவுக்குக் கண்டிப்பாக உங்கள் மனைவியை அழைத்து வாருங்கள். இப்போது நான் உறங்கச் செல்லவேண்டும். நாம் பிறகு விரிவாகப் பேசலாம்.'

○

பேசத்தான் வேண்டியிருந்தது. மிகப்பல விஷயங்கள். அனைத்துமே பிரச்னைக்குரியவை. சிக்கல்கள் மிக்கவை. எதிர்பார்த்ததைவிட நவாஸ் ஷெரீஃப் மிகுந்த சிக்கல் பிடித்த பிரதமர் என்று முஷாரஃபுக்குத் தோன்றியது.

எந்த ஒரு விஷயத்தையும் அவர் உட்கார்ந்து யோசித்தோ, விவரமறிந்த நாலு பேரிடமாவது கலந்து பேசியோ செய்வதாக அவருக்குத் தோன்றவில்லை. அலுவலகத்தில் பிரதமரைச் சந்திக்கச் செல்லும்போதெல்லாம் அவர் ஹாயாக சோபாவில் அமர்ந்து டீ குடித்துக்கொண்டிருக்கிறார். பிரதமருக்கான நாற்காலி தினசரி தூசு தட்டப்பட்டு சுத்தமாக அப்படியே இருக்கிறது. எதிரே இருக்கும் சோபாதான் அவருக்கு விருப்பமான ஆசனமாக இருக்கிறது.

இது ஒரு மனநிலை. இது ஒரு குறியீடு. அப்படித்தான் எடுத்துக்கொள்ளவேண்டுமென்று முஷாரஃப் தனக்குள் எண்ணிக் கொண்டார்.

பாகிஸ்தானில் நவாஸ் ஷெரீஃபுக்கு ஒரு செல்லப்பெயர் இருந்தது. பஞ்சாப் பண்ணையார். அது உண்மையும் கூட. பெரிய நிலச்சுவாந்தான். ஏராளமான சொத்து. எல்லாம் பூர்வீக சொத்து. முழுக்கைச் சட்டைக்கு மேலே கட்டிக்கொள்ளும் தங்க ஸ்டிராப் போட்ட வாட்ச் மாதிரி அவருக்கு அரசியல். ஆரம்பத்தில் அப்படித்தான் இருந்தது. பதவி எனக்குப் பொருட்டில்லை என்று பல சந்தர்ப்பங்களில் தூக்கி வீசுவதற்கு அவர் முன்வந்ததாலேயே பதவி அவரை விடாப்பிடியாகப் பிடித்துக்கொண்டது. மக்கள் வோட்டுப் போட்டார்கள். 1990 முதல் மூன்றாண்டு காலம் அவருக்குக் கிடைத்த முதல் தவணை ஆட்சிக்காலத்தில் தன்னை ஊழலுக்கு எதிராகப் புனித யுத்தம் நடத்தும் தேவதூதனாகவே அவர் முன்னிறுத்தினார்.

ஊழல் என்றால் பேனசிரின் ஊழல். அவரது கணவர் ஆசிஃப் அலி சர்தாரியின் ஊழல். அவரது அமைச்சரவையில் இருந்த பல பேருடைய ஊழல்கள்.

அதனை வெளிச்சத்துக்குக் கொண்டுவரும் முயற்சிகளில் முழுமூச்சாக இறங்கினார் நவாஸ். என் கரம் கறைபடியாதது. எனக்கு ஊழல் அவசியமில்லை. ஏழேழு தலைமுறைக்கு என்னிடம் சொத்து இருக்கிறது. வேண்டுமானால் பாகிஸ்தான் அரசுக்குக் கடன் கொடுக்கிறேன் என்று அவர் சொன்னார். மக்கள் நம்பினார்கள்.

ஆனால் ஊழல் இல்லாத ஜனநாயகம் எப்படிச் சாத்தியம்? நவீன யுகத்தில் அது ஒரு குறியீடு. ஜனநாயகம் தழைப்பதற்கான குறியீடு. நவாஸின் ஆட்சியிலும் அது தழைக்கத்தான் செய்தது. நவாஸ் ஒரு சிறந்த ஜனநாயகவாதி.

ஒரு பொன்மொழி சொல்வார்கள். ஊழலை வெறுப்பவர்கள், அதை அறவே களைய விரும்புகிறவர்கள், அது முடியாத பட்சத்தில் தனக்கொரு நியாயமான பங்கை அவசியம் எதிர்பார்ப்பது தவறில்லை. நவாஸ் மீதும் ஊழல் குற்றச்சாட்டுகள் வரத்தொடங்கின. ஜனாதிபதி குலாம் இஷாக் கான் நவாஸ் ஷெரீஃபின் ஆட்சியைக் கலைத்துவிட்டு இடைக்கால ஆட்சி ஒன்றை அறிவித்தார். அவர் பதவிக்கு வந்த (மே 1993) மூன்றே மாதங்களில் நடந்த கூத்து இது.

நவாஸ் நீதிமன்றத்துக்குப் போனார். ஆறு வாரங்களில் ஆட்சிக்கலைப்பு செல்லாது என்று உச்சநீதிமன்றம் தீர்ப்பு அறிவித்தது. மீண்டும் ஆட்சி. மீண்டும் வீர முரசு. போர் முரசு. ஊழலுக்கு எதிரான உடுக்கை அடிப்பு. மூன்று வருடங்கள் தாக்குப்பிடிக்க முடிந்தது. அதற்குள் ஆட்சி கவிழ்ந்துவிட்டது. தேர்தல் வந்து, பேனசிர் வந்துவிட்டார்.

அடுத்த முறை நவாஸ் மிகவும் ஜாக்கிரதை உணர்வுடன் தேர்தலை எதிர்கொண்டார். வருடம் 1997. அவருக்கு ஒரு சௌகர்யம் இருந்தது. அவர்மீது சுமத்தப்பட்ட புகார்களையெல்லாம் தூக்கிச் சாப்பிடும்விதத்தில் பேனசிர் காலம் அமைந்திருந்ததுதான் அது. ஊழலில் கரைகண்ட உலக அரசியல்வாதிகளெல்லாம் மூக்கில் விரல் வைக்குமளவுக்குச் சாதனைகள் புரிந்த பெண்மணியாக அவர்

இருந்தார். ஜாடிக்கேற்ற மூடியாக ஆசிஃப் அலி சர்தாரி. கணவர். ஒவ்வொரு பதவி நியமனத்துக்கும் முப்பது லட்சம் வாங்கிய முதல் மனிதர் என்று சரித்திரத்தில் இடம்பிடித்தவர். பேனசிர் பதவிக்கு வந்த முதல் வருடத்தில் மட்டும் பாகிஸ்தான் அரசுத்துறையில் சுமார் மூவாயிரம் புதிய பதவிகள் நிரப்பப்பட்டிருந்தன என்பது இங்கே அத்தனை முக்கியமில்லாத விஷயம்.

அந்த 1997 தேர்தலில் நவாஸ் வெற்றி பெற்றார் என்று வெறுமனே சொல்லிவிடுவதற்கில்லை. அம்மாதிரியானதொரு வெற்றியை சரித்திரத்தில் மிகச் சில சந்தர்ப்பங்களில் மட்டுமே பார்க்கமுடியும். தொண்ணூறு சதவீத வாக்குகள். என்ன ஆயிற்று பாகிஸ்தான் மக்களுக்கு என்று உலகமே வியப்படைந்தது. மக்களுக்கு எதுவும் ஆகவில்லை, எல்லாம் கள்ள வோட்டு என்று துபாய்க்குப் போய் உட்கார்ந்துகொண்டு பேனசிர் சொன்னார்.

விஷயம் அத்தனை ஒன்றும் பெரிதாகவில்லை. நவாஸ் ஷெரீஃபுக்கு அப்போது மேற்கத்திய நாடுகள் சிலவற்றின் ரகசிய ஆதரவு இருந்தது. குறிப்பாக பிரிட்டன். டோனி ப்ளேர், பாகிஸ்தான் பொதுத்தேர்தல் முடிவுகளைத் தான் முழுமையாக நம்புவதாக அங்கிருந்தபடிக்கு ஓர் அறிக்கையே விடுத்தார். யார் கேட்டார்கள் என்றெல்லாம் கேட்கலாகாது. அவர் சொன்னார். அவ்வளவுதான்.

இதற்கெல்லாம் பிறகு இரண்டாம் முறை ஆளத்தொடங்கியபோது நவாஸின் எச்சரிக்கை உணர்வு மிகவும் அதிகரித்திருந்தது. அதைத் தற்காப்புணர்வு என்றும் சொல்லலாம். பாழாய்ப்போன பாகிஸ்தான் ஜனாதிபதிகள் எப்போதும் ஆட்சியைக் கலைத்துவிடலாம். நேற்றைக்குத்தானே வந்தான் என்றெல்லாம் பார்க்கமாட்டார்கள். ஆட்சிக்கலைப்பு ஒரு விளையாட்டு. தேர்தல் இன்னொரு விளையாட்டு. மறு ஆட்சி, மறு கலைப்பு, மறு தேர்தல் மற்றும் சில விளையாட்டுகள்.

எனவேதான் அவர் ஜனாதிபதியின் ஆட்சிக்கலைப்பு அதிகாரத்தை ஒரு சட்டத்திருத்தம் மூலம் பிடுங்கினார். உளவுத்துறையைவிட ராணுவத்தை நம்பலாம் என்று நினைத்ததன் விளைவாகவே முப்படைத் தளபதிகள் நியமன உரிமை பிரதமருக்குரியது என்று

திருத்தி எழுதினார். பிரதமர்மீது நம்பிக்கையில்லாத் தீர்மானம் கொண்டுவர முடியாதபடிக்கு வேறுசில தில்லாலங்கடிகளை ஆத்மசுத்தியுடன் அறிமுகப்படுத்தினார். எதிர்ப்புத் தெரிவிக்கக் கூடும் என்று அஞ்சி உச்சநீதிமன்றத் தலைமை நீதிபதியை, பஞ்சாபில் ஆண்டுகொண்டிருந்த தன் தம்பி ஷாபாஸ் ஷெரீஃப் மூலம் வீட்டுக்கு அனுப்பினார்.

பஞ்சாப் பண்ணையார். பண்ணையாருக்கு செக் வைக்க யாருக்கு உண்டு உரிமை? வாய்ப்பே இல்லை. எல்லா கதவுகளையும் மூடி, தாழிட்டுவிட்டேன் நண்பர்களே. இனி நான் ராஜா. நீங்கள் பிரஜைகள். சமர்த்தாக ஜனநாயகம் வளர்க்கலாமா?

இதே மனோபாவத்தின் தொடர்ச்சியாகத்தான் அவர் ராணுவத்திலும் தன் இஷ்டத்துக்குச் சில விளையாட்டுகளை ஆடிப்பார்க்க ஆரம்பித்தார். தன் விருப்பப்படி சில மேஜர்களுக்குப் பதவி உயர்வு. தன் விருப்பப்படி வேறு சிலருக்குப் பதவி இறக்கம். அல்லது பதவி நீக்கம். இவனை அங்கே போடு. அவனை இங்கே வை என்கிற உத்தரவுகள்.

ராணுவ அதிகாரிகளின் பெயர்கள், விவரங்களெல்லாம் நவாஸுக்கு எங்கிருந்து யார் மூலம் கிடைக்கின்றன? இவருக்கு என்ன இத்தனை அக்கறை?

முஷாரஃபுக்கு முதலில் புரியவில்லை. பிறகு ஆராயத் தொடங்கியபோது ஷாபாஸ் ஷெரீஃபின் தலைமையில் நவாஸ் தனக்கென ஒரு பிரத்தியேக உளவுத்துறையையே அமைத்துவைத்திருக்கிற விஷயம் புரிந்தது. ராணுவத்திலும் அவரது ஆள்கள் இருந்தார்கள். மேஜர்கள். லெஃப்டினண்ட் ஜெனரல்கள். கேப்டன்கள். கமாண்டர்கள். எல்லா தளங்களிலும் இருந்தார்கள். எல்லா வயதுகளிலும் இருந்தார்கள்.

சீச்சீ இதென்ன அபத்தம் என்று அருவருப்படைந்தார் முஷாரஃப். யாராவது ஒரு தூரத்துச் சொந்தம் மூலம் பிரதமரின் அலுவலகத்தை அணுக முடிந்த எந்த ஒரு ராணுவ அதிகாரியும் தன் விருப்பத்துக்கேற்ற இட மாறுதல்களை, பதவி உயர்வுகளை வெகு அநாயாசமாகப் பெற முடிந்தது. பிடிக்காத அதிகாரிகளை வீட்டுக்கு அனுப்பவும் முடிந்தது.

‘எல்லாம் சரி ஐயா. அப்புறம் நான் எதற்கு?’ என்று கேட்டார் முஷாரஃப்.

நவாஸ் புன்னகை செய்தார். எப்போதாவது அபூர்வமாக அவர் செய்கிற விஷயம் அது. ‘இதோ பாருங்கள் பர்வேஸ். ராணுவம், உளவுத்துறை, காவல் துறை, பிற அனைத்துத் துறைகளும் பிரதமரின் சௌகரியத்துக்காக நிறுவப்பட்ட அமைப்புகள். என் சௌகரியம் என்று நினைத்துக்கொண்டுவிடாதீர்கள். பிரதமர் என்பது ஒரு பொறுப்பு. தலைமைப் பொறுப்பு. இன்றைக்கு நான். நேற்றைக்கு ஒருவர். நாளைக்கு வேறு ஒருவரும் வரலாம், வருவார். நபர் யார் என்பது முக்கியமல்ல. இந்தத் துறைகள் அனைத்தும் அவரது நிர்வாகத்துக்கு உறுதுணையாக இருக்கவேண்டும் என்பதுதான் முக்கியம்.’

சுத்தப் பைத்தியக்காரத்தனம் என்று முஷாரஃபுக்குத் தோன்றியது. ஒரு சிறந்த தத்துவத்தை வழித்தெடுத்துக் கொச்சைப்படுத்தும் கலையை உலகம் நவாஸிடம் கற்கலாம் என்று அவர் நினைத்தார்.

‘மன்னிக்கவேண்டும் ஐயா. நீங்கள் ராணுவத்துக்குள் செய்யும் மாறுதல்களை நான் முற்றிலும் எதிர்க்கிறேன். தலைமைத் தளபதி என்கிற முறையில் இதெல்லாம் அபாயம் தரத்தக்கது என்பதை உங்களுக்கு அறிவுறுத்தக் கடமைப்பட்டிருக்கிறேன். புதிய நியமனங்கள், பதவி நீக்கங்கள் விஷயத்தில் என் ஒப்புதல் இல்லாமல் நீங்களாகத் தன்னிச்சையாக மேற்கொள்ளும் எந்த முடிவின் பின்விளைவுகளுக்கும் நான் பொறுப்பேற்கமாட்டேன்! பரவாயில்லையா?’

நவாஸுக்கு வியப்பாக இருந்தது. அது முதல் முறை. அவர் எதிரே, அவரது உத்தரவுக்கு எதிர்ப்புத் தெரிவித்து ஓர் அதிகாரி அதற்குமுன் பேசியதில்லை. ஆனால் தான் பார்த்து, பிச்சை போட்ட பதவியில் இருந்துகொண்டு இந்த மனிதர் இப்படிப் பேசுகிறார் என்றால் என்ன அர்த்தம்?

○

‘ஐயா, தயவுசெய்து புரிந்துகொள்ளுங்கள். ஒரு வருடமாக நீங்கள் ஆட்சியில் இருக்கிறீர்கள். முப்பத்தியேழு வருடங்களாக நான்

ராணுவத்தில் இருக்கிறேன். அதிகாரிகள், ஆட்சியாளர்களின் உத்தரவுகளுக்கேற்ப நடந்துகொள்ளவேண்டுமென்பது சரி. நாங்கள் சொல்லும் கருத்துகளின் அடிப்படை உண்மைகளையும் அவசியங்களையும் அத்தியாவசியங்களையும் புரிந்துகொண்டு நீங்கள் உத்தரவிடவேண்டுமென்பதும் இதனளவு முக்கியத்துவம் வாய்ந்ததே. ஒப்புக்கொள்வீர்கள் என்று நினைக்கிறேன்.'

நவாஸ் ஷெரீஃப் யோசித்தார். 'நாம் இது குறித்து இன்னும் இரண்டொரு தினங்களில் மீண்டும் பேசுவோமே பர்வேஸ்?'

முஷாரஃப் தன் பொறுமை போய்க்கொண்டிருப்பதாக உணர்ந்தார். ஆனால் பொறுமை இழந்துவிட்டதைப் பிரதமருக்கு முன்னால் வெளிக்காட்டிக்கொள்ள முடியாது. அது அவமரியாதையாக நினைக்கப்படும். இருக்கிற சூழலில் அது விரும்பத்தகாதது. அதே சமயம் தள்ளிப்போடுவதும் ஆபத்தான காரியம்.

ஒரு முயற்சி. சடாரென்று தொடங்கியதுதான். சூழ்நிலைகள் சாதகமாக இருந்ததைக் கருதி ஆரம்பித்தது. சுமார் முன்னூறு ஆதிவாசிகளைத்தான் முதலில் கார்கிலுக்குள் ஊடுருவவிட்டிருந்தார்கள். துணைக்குக் கொஞ்சம் போராளிகள். பாகிஸ்தானில் அவர்களுக்கு அதுதான் பெயர். தீவிரவாதிகள் என்று சொல்லுகிற வழக்கமில்லை. காஷ்மீரை மீட்பதற்காக இருபத்தி நான்கு மணிநேரமும் எல்லையில் குண்டு வெடித்துக்கொண்டிருக்கும் ஏழெட்டு இயக்கங்களைச் சேர்ந்தவர்கள். முக்கியமாக லஷ்கர். அப்புறம் ஹிஸ்புல். முஜாஹிதீன்கள் என்று பாகிஸ்தானியர்களாலும் தீவிரவாதிகள் என்று இந்தியர்களாலும் அழைக்கப்படும் இந்த காஷ்மீர் குண்டுவெடிப்பாளர்கள்பல்வேறு இயக்கங்களைச்சேர்ந்தவர்களாக இருந்தாலும் அடிப்படையில் ஒரு பெரும் ஒற்றுமை இவர்களுக்கு உண்டு. அத்தனை பேரும் பாகிஸ்தான் அரசாலும் ராணுவத்தாலும் காம்ப்ளான் ஊட்டி வளர்க்கப்படுகிறவர்கள். இன்று நேற்றில்லை. சுதந்தரம் அடைந்த நாளாக. 1948 யுத்தம் தொடங்கிய பொழுதாக.

ராணுவத் தளபதியாகப் பொறுப்பேற்றதும் முஷாரஃபுக்கு அந்த எண்ணம் தீவிரமடைந்திருந்தது. காஷ்மீருக்காக மீண்டும்

ஒரு யுத்தம். ஏன் முடியாது? செய்யலாம், தப்பில்லை. மக்கள் ஆதரிப்பார்கள். ராணுவம் ஆதரிக்கும். உளவுத்துறை ஒத்துழைக்கும். முஜாஹிதீன்கள் பூரண ஒத்துழைப்புத் தருவார்கள். பிரதமர்?

அது பெரிய விஷயமில்லை என்றுதான் நினைத்தார். காஷ்மீருக்காக ராணுவம் மேற்கொள்ளும் எந்த ஒரு நடவடிக்கைக்கும் மக்கள் ஆதரவு நிச்சயம் உண்டு என்கிறபடியால் கண்டிப்பாக ஆட்சியாளர்கள் குறுக்கிட விரும்பமாட்டார்கள். இது சரித்திரம். ஐம்பத்திரண்டு வருட சரித்திரம். முஷாரஃப் பாகிஸ்தான் ராணுவத்தில் படிப்படியாக உயர்ந்துகொண்டிருந்த காலங்களில், பல சந்தர்ப்பங்களில் இந்தச் சரித்திரம் நிரூபிக்கப்பட்டிருக்கிறது. 48ல், 65ல், 71ல் மிகத் தீவிரமாக நடைபெற்ற யுத்தங்களிலெல்லாம் பாகிஸ்தான் தோல்வியுற்றிருந்தபோதிலும் அடுத்த முயற்சிக்கு அங்கே யாரும் தடை சொன்னதில்லை. காஷ்மீர் நமது கன்னக்கதுப்பு. பிடுங்கி அங்கே பிளாஸ்டிக் சர்ஜரி செய்யப்பட்டிருக்கிறது. என்றும் மாறாத இந்த எண்ணம்தான் அவருக்கு அந்த யோசனையைத் தந்தது.

தவிரவும் தான் தளபதியாகப் பொறுப்பேற்றுச் செய்கிற முதல் பணி. இதுவரை தேசத்துக்குக் கிடைத்திராத வெற்றிதான். ஆனால் ஏன் இம்முறை கிடைக்காது? கிடைக்கலாம். கிடைத்தால் நல்லது. கிடைக்க வேண்டும். அப்படி அமைந்துவிட்டால் அது தன் பணிக்காலத்தை பாகிஸ்தானின் சரித்திரத்தில் பொன் எழுத்தில் பொறித்துவிடும். பெரிய சிரமங்கள் ஏதுமிருக்காது என்று அவர் நினைத்தார். அதனால்தான் ஊடுருவ உத்தரவிட்டுவிட்டுப் பிரதமரிடம் போய் சம்பிரதாய அனுமதிக்கு நின்றார்.

'எனக்கு என்ன சொல்வதென்று தெரியவில்லை பர்வேஸ். நீங்கள் செய்திருப்பது நிச்சயம் எதிர்க்கக்கூடிய செயல் இல்லை. ஆனால் சம்மதம் தெரிவிக்கத்தக்க சூழல் இப்போது இல்லை. வாகா எல்லையில் வாஜ்பாய் புறப்பட்டுவிட்டார் என்பது உங்களுக்குத் தெரியுமல்லவா? லாஹூருக்கு நானும் கிளம்பிக்கொண்டிருக்கிறேன். அமைதிப் பேச்சுவார்த்தை. கொஞ்சம் நல்லுறவு வளர்க்கிற உத்தேசம்.'

'தெரியும் ஐயா. அதற்கும் இதற்கும் சம்பந்தமில்லை என்று நான் நினைக்கிறேன்.'

‘என்ன பேசுகிறீர்கள்? எப்படிச் சம்பந்தமில்லை என்பீர்கள்?’

‘நிச்சயமாக. பேச்சுவார்த்தை என்பது இரு பிரதமர்கள் நடத்துவது. இப்போது நிகழ்ந்திருக்கும் ஊடுருவலில் ராணுவம் கூடச் சம்பந்தப்படவில்லை. முஜாஹிதீன்கள் நுழைந்திருக்கிறார்கள். ஒரு தேவை ஏற்பட்டால் நாம் பின்னால் செல்வோம். அவ்வளவுதான்.’

‘இதென்ன பதில்? என்னை எதற்குச் சமாதானப்படுத்த நினைக்கிறீர்கள்? நான் ஆட்சிக்கு வந்து ஒரு வருடம்தான் ஆகிறது. ஆனால் நீங்கள் ராணுவத்துக்கு வருவதற்கு முன்னால் நான் அரசியலுக்கு வந்துவிட்டவன்.’

முஷாரஃப் அமைதியாக இருந்தார்.

‘தவிரவும் நாம் இப்போதுதான் அணு ஆயுதப் பரிசோதனை செய்திருக்கிறோம். தேவையில்லாமல் ஒருநாள் எமர்ஜென்சி அறிவித்து சர்வதேசக் கண்டனத்தைப் பெற்றிருக்கிறோம். அமெரிக்க அதிபர் நம்மீது வருத்தம் கொண்டிருக்கிறார்.’

‘அது நம் பெருமை ஐயா. இந்தியாவால் முடிகிற ஒரு காரியம் பாகிஸ்தானாலும் முடியும் என்று நிரூபித்திருக்கிறோம். நீங்கள் பெருமைப்படவேண்டிய விஷயம். நீங்கள் இப்படிப் பேசுகிறீர்கள் என்று மக்களுக்குத் தெரிந்தால்..’

சட்டென்று நவாஸ் சுதாரித்துக்கொண்டார். ‘அப்படி இல்லை பர்வேஸ். அரசியலில் எல்லாவற்றையும் பார்க்கவேண்டும். எடுத்தேன் கவிழ்த்தேன் என்று எதையும் செய்யமுடியாது. சரி. இப்போது என்ன? நீங்கள் எல்லைக்குப் போகிறீர்கள். நான் லாஹூருக்குப் போகிறேன். அவ்வளவுதானே? கிளம்புங்கள்.’

பர்வேஸ் முஷாரஃப் என்கிற பெயர் பாகிஸ்தான் எல்லை தாண்டி வெளியே தெரியத் தொடங்கிய அந்த முதல் சந்தர்ப்பம் அப்போது உருவானது.

○

குளிர் தன் முழு பலத்துடன் ஆளத்தொடங்கியிருந்த மே மாதம். பார்க்குமிடமெல்லாம் பனி தவிர வேறில்லை. காஷ்மீரின் பல சிகரங்களிலிருந்து இந்திய ராணுவம் சீதோஷணம் கருதிக்

கொஞ்சம் கீழே இறங்கி வந்திருந்தது. மைனஸ் நாற்பது என்பது மனிதர்களுக்கான சீதோஷணம் இல்லை. குறிப்பாக கார்கிலில்.

இதுதான் சந்தர்ப்பம் என்று முஷாரஃப் நினைத்தார்.

முஜாஹிதீன்கள் கார்கிலுக்குள் ஊடுருவியது குறித்துத் தனக்கு முதலில் தெரியாது என்று இன்றைக்கு வரை சாதித்துக்கொண்டிருக்கும் முஷாரஃப். இந்தியா தாக்கத் தொடங்கிய பிறகே பாகிஸ்தான் ராணுவம் களமிறங்கவேண்டி வந்ததாகத் தனது சுயசரிதத்தில்கூடக் குறிப்பிட்டிருக்கும் முஷாரஃப். உண்மையில் அவரது கண்ணசைவில்லாமல் பாகிஸ்தான் ராணுவத்திலும் காஷ்மீர் தீவிரவாத இயக்கங்களிலும் ஒரு சிறு சலனமும் இராது என்பது பாகிஸ்தானில் அனைவருக்கும் தெரியும். ராணுவத் தலைமை என்பது அங்கே கிட்டத்தட்ட கடவுளுக்குச் சமானமான பதவி. எதுவும் முடியும். என்னவும் செய்யலாம். என்ன சொன்னாலும் செய்து முடிப்பார்கள். பதில் பேச ஆள் இருக்காது. துணிந்து கேள்வி கேட்க யாரும் நினைக்கமாட்டார்கள். அது ஒரு கௌரவம். விவரிக்க முடியாத கௌரவம். நமக்கு அவ்வளவாகப் புரியாததொரு அந்தஸ்து.

'சரி, தொடங்கிவிடுங்கள்' என்று முஷாரஃப் சொன்னார்.

எல்லைக் கட்டுப்பாட்டுக் கோட்டை ஒட்டி சுமார் 160 கிலோ மீட்டர் நீளத்தை படை ஆக்கிரமித்திருந்தது. மாபெரும் சாலை. அப்படித்தான் சொல்லவேண்டும். ஆனால் ஒரு சாலைக்கான இலக்கணம் ஏதும் அந்த நெடுஞ்சாலைக்குக் கிடையாது. சம தளத்தில் கொஞ்சம் போகும். கிடுகிடுவென்று மலையில் ஏறும். சடாரென்றுசரிந்துகீழேவிழும். சுருண்டுபுரண்டுகொஞ்சம்போகும். வழியில் ஓடைகள் குறுக்கிட்டால் தாண்டவேண்டும். பாறைகள் விழுந்திருந்தால் பெயர்த்தெடுக்க வேண்டும். கானகப் பாதைகளில் கண் தெரியாது. கால் வைக்குமிடம் தரையாக இருப்பதற்கு முன் ஜென்மத்தில் சிலபல புண்ணியங்கள் செய்திருப்பது தவிர வேறு வழியில்லை. எங்கும் சறுக்கலாம். எக்கணமும் மரணம் நேரலாம்.

'கார்கிலை மட்டும் குறிவைக்காதீர்கள். வேறு சில பகுதிகளுக்கும் படை போகட்டும். நமது கவனம் குன்றுகளாகத்தான்

இருக்கவேண்டும். சமவெளிகளைக் கண்டுகொள்ளாதீர்கள். எத்தனை சிகரங்களை நாம் கைப்பற்றுகிறோமோ, அத்தனை விரைவில் வெற்றி சாத்தியம்' என்று முஷாரஃப் சொல்லியிருந்தார்.

அது ஒரு போர்க்கள உத்தி. ஆளில்லாத குன்றுகளை அடைந்து ஆக்கிரமித்துக்கொண்டால், அங்கிருந்து எதிரி தாக்கவரும்போது பதில் தாக்குதல் தொடுப்பது சுலபம். மேலே இருக்கிற சௌகரியம். கீழிருந்து ஒரு படை மேலே ஏறி வருவதற்குள் முழுப்படையையும் நிர்மூலம் செய்துவிட முடியும். வெறும் துப்பாக்கிகள் போதும். தோட்டாக்கள் போதும். வீசு குண்டுகள் இருந்தால் யதேஷ்டம்.

அடிக்கிறகுளிரும்துடிக்கிறமனமும்வெடிக்கிறதுப்பாக்கிகளுமாகக் கார்கில் போர்க்கோலம் கொண்டது.

முஷாரஃபின் இந்தத் திட்டத்துக்கு ஒரு உடனடி சரித்திரக் காரணம் சொல்லவேண்டுமானால் *1984*ல் இந்தியா மேற்கொண்ட 'ஆபரேஷன் மேகதூத்' என்கிற தாக்குதலைத்தான் சொல்லவேண்டும். சியாச்சின் பனிச் சிகரங்களின் பெருமளவை அப்போது இந்திய ராணுவம் கைப்பற்றிக்கொண்டது. அதன் பின் அதற்கு பதிலாக பாகிஸ்தான் எதையும் செய்யாமல், செய்ய முடியாமல் இருந்து வந்தது. பேனசிர் புட்டோ காலத்தில் இம்மாதிரியான ஊடுருவலுக்கான முயற்சிகள் சிலவற்றை பாகிஸ்தான் ராணுவம் உத்தேசித்தது என்றாலும் பேனசிர் தடுத்துவிட்டார். வேண்டாம். அல்லது இப்போது வேண்டாம்.

அவருக்குத் தன் ஆட்சியைத் தக்கவைப்பதே பெரிய விஷயமாகவும் போராட்டமாகவும் இருந்த தருணம் அது. இந்தியாவுடன் இன்னொரு முழுநீள யுத்தத்துக்கு மனத்தளவில் அவர் தயாராக இல்லை. ஆகவே ஆயிரம் ஊழல் குற்றச்சாட்டுகளுடன் அவர் பதவி நீங்கிப் போனாலும், அயலுறவு விஷயத்தில் உத்தமமான பிரதமர் என்கிற பெயரை அதிர்ஷ்டவசமாகப் பெறமுடிந்தது அவரால். யோசித்துப் பார்த்தால் காஷ்மீர் விஷயத்தில் இந்தியாவுடன் சிறு உரசலும் இல்லாமல் ஆண்டுவிட்டுப் போன ஒரே பாகிஸ்தான் பிரதமர் அவர்தான் என்று சொல்லிவிடலாம்.

இதெல்லாம்தான் முஷாரஃபுக்கு வெறுப்பு ஏற்படுத்தியவை. அரசியல்வாதிகளும் அவர்தம் கணக்குகளும். அடகடவுளே, ஒருத்தர்கூட, ஒரு சமயம்கூட தேசத்துக்கென்று யோசிக்க மாட்டார்களா?

பங்களாதேஷ் யுத்த சமயத்தில் அவர் பக்கத்தில் இருந்து பார்த்திருக்கிறார். அரசியல் எத்தனை சக்தி மிக்கது என்பதையும் அதன் ஊழல் வேர்கள் எத்தனை ஆழத்துக்கு ஊடுருவக்கூடியவை என்பதையும். ராணுவத்தைக் கூட அது விட்டுவைக்கவில்லை. போரில் பல ராணுவ அதிகாரிகள் காசுக்கும் கன்னிக்கும் விலை போன சம்பவங்கள் குறித்துப் பின்னாளில் ஹமுதூர் ரெஹ்மான் கமிட்டியின் அறிக்கை அழகாக ஸ்பைரல் பைண்ட் செய்து விவரித்தபோது அவருக்கு ரத்தம் கொதித்தது.

நான் இந்த ஜாதி இல்லை. நான் வேறு. என் கனவுகள் வேறு. என் லட்சியம் வேறு. எனக்கு இவர்களுடைய அரசியல் புரியாது. புரியவேண்டிய அவசியமும் இல்லை. இந்த அரசியல் எனக்குச் சரிப்படாவிட்டால் எனக்கான அரசியலை நான் உருவாக்குவேன். அப்படியொரு நிர்ப்பந்தம் உண்டாகும் பட்சத்தில்.

கார்கில் யுத்தத்தை அதனால்தான் அவர் தனிப்பட்ட கவனம் எடுத்துக்கொண்டு முன்னெடுத்துச் சென்றார். அதற்குமுன் எந்த யுத்தத்தின்போதும் பாகிஸ்தான் ராணுவத்தின் தலைமைத் தளபதிகளாக இருந்தவர்கள் யுத்த களத்துக்குச் சென்றதில்லை. ராவல்பிண்டியிலோ, மங்களாவிலோ, இஸ்லாமாபாத்திலோ, கராச்சியிலோ அலுவலகத்தில் உட்கார்ந்துகொண்டு உத்தரவுகளை மட்டுமே அளிப்பவர்களாக அவர்கள் இருந்தார்கள். முஷாரஃப் ஒருவர்தான் சீருடை அணிந்து துப்பாக்கி தூக்கி போர்க்களத்துக்குப் போன முதல் தளபதி.

உலகத்துக்கு அது வினோதமாகப் பட்டதே தவிர பாகிஸ்தானியர்களுக்கல்ல. அவர்களுக்குத் தெரியும். முஷாரஃபின் முன்கதைச் சுருக்கம். கசூர் கேம் கரன் பகுதியில் அவர் பாலம் கட்டுவதற்குக் கட்டை சுமந்த கதையிலிருந்து ஆதியோடந்தம் தெரியும். நான் ஒரு சிப்பாய். என்னைத் தளபதி என்று நீங்கள்

அழைக்கிறீர்கள் என்பார் முஷாரஃப். அவருடைய பிரசித்தி பெற்ற வசனம் இது. அவர் ஓர் ஆளுமை. சந்தேகமில்லை.

'சரி. நிலவரம் என்ன?' என்று கேட்டார் முஷாரஃப்.

'ஒன்பது சிகரங்களை நாம் பிடித்துவிட்டோம் ஜெனரல். இந்தியப் படைகள் வரத்தொடங்கிவிட்டன. அவர்களுடைய பிரதான கவனம் சாலைகளாகத்தான் இருக்கின்றன. ஒவ்வொரு சாலையாக வளைத்துப் பிடிக்கத் திட்டமிடுகிறார்கள். சிகரங்களை அவர்கள் குறிவைக்க இன்னும் சமயம் எடுக்கும்.'

'ஓ..' என்றார் முஷாரஃப். யோசித்தார். சாலைகள் முக்கியம். கடந்து வந்த சாலைகளை இந்திய வீரர்கள் கைப்பற்றிவிடுவார்களானால் மீளமுடியாது. ஆனால் அதுதான் அவர்கள் மேற்கொள்ளக்கூடிய சரியான உத்தி. வழிகளை அடைத்துவிட்டு எலி பிடிக்கப் பரண் ஏறுவது மாதிரி. எலிகள் பிடிக்கப்பட்டபிறகு எங்கு வேண்டுமானாலும் கொண்டுபோய் விட்டுவிடலாம்.

ஆனால் நாம் எலிகள் அல்ல என்று அவர் தமக்குள் சொல்லிக்கொண்டார். *'எத்தனை பேர் களத்தில் இருக்கிறார்கள்?'*

'ஐயாயிரம் முஜாஹிதீன்கள்.'

'ராணுவம்?'

'இன்னும் பெரிய அளவில் அனுப்பப்படவில்லை. எழுநூறு பேர் இருப்பார்கள். உங்கள் உத்தரவுக்காகக் காத்திருக்கிறோம்.'

முஷாரஃப் யோசித்தார்.

○

'இப்படியொரு அபத்தமான உத்தரவை இட நான் என்ன மடையனா? என்ன பேசுகிறீர்கள்? இந்தியாவுடனான அமைதி முயற்சிகளுக்காக நான் மெனக்கெட்டுக்கொண்டிருக்கிறேன். நீங்கள் வாஜ்பாயிடம் கேட்டுப்பாருங்கள். லாஹூர் பேச்சுவார்த்தை எத்தனை சிறப்பாக முன்னேறியது தெரியுமா? நடந்துகொண்டிருப்பது முற்றிலும் அபத்தம். சிக்கல். பெரும் சிக்கல். எல்லாமே சிக்கல்.'

என்ன செய்வதென்று தெரியாமல் சுற்றி இருந்த அத்தனை பேரையும் கடித்துக் குதறிக்கொண்டிருந்தார் நவாஸ் ஷெரீஃப்.

பளபளவென்று புத்தம்புதிய பஸ் ஏறி வாகா எல்லை தாண்டி வந்து பேச்சுவார்த்தை நடத்திக்கொண்டிருக்கிறார் வாஜ்பாய். உறவுகளும் சிக்கல்களும். உடன்படிக்கைகளும் அத்துமீறல்களும். இரு தேசங்களின் நீடித்த நல்லுறவுக்கு என்ன செய்யலாம்? இரு தலைவர்களும் ஆலோசித்துக்கொண்டிருந்தபோதே கார்கிலில் போர் வெடித்துவிட்ட விஷயம் உலகுக்குத் தெரிந்துவிட்டது. பஸ் கிளம்பிவிட்டதா என்று கேட்டுக்கொண்டிராமல் விமானம் ஏறி உடனே புதுடெல்லிக்குப் போய்விட்டார் வாஜ்பாய்.

என்னய்யா நடக்கிறது பாகிஸ்தானில்? பிரதமரும் ராணுவத் தளபதியும் பேசிவைத்துக்கொண்டு விளையாடுகிறீர்களா?

டெலிபோனில் கூப்பிட்டு டோஸ் விட்டார் பில் க்ளிண்டன். மாதம் தோறும் படியளக்கிற பரமாத்மா. அணுகுண்டு பரிசோதனை செய்ததற்கே எத்தனை சதவீத வெட்டுகள் விழப்போகிறதோ என்று நவாஸுக்கு உள்ளூரக் கலக்கம்.

‘ஐயா ஒரு நிமிடம். நான் சொல்வதைப் புரிந்துகொள்ளுங்கள். இங்கே என்ன நடக்கிறது என்பது எனக்குத் தெரியவில்லை. எனக்கு ஒருநாள் அவகாசம் நீங்கள் தருவீர்களானால்..’

‘வெட்கமாக இல்லை? நீங்கள் ஒரு பிரதமர் அல்லவா!’

கேட்டிருக்கலாம். அவசியம் கேட்டிருப்பார்கள். அலறிக்கொண்டு நவா ஸ் ஷெரீஃப் அமெரிக்காவுக்கு விமானம் ஏறி ஓடியபோது என்னென்ன நடந்திருக்கும் என்று யாரும் சொல்லாமலேயே எல்லோருக்கும் விளங்கத் தொடங்கிவிட்டது.

போர்முனையில் முஷாரஃபுக்குத் தகவல் தெரிவிக்கப்பட்டது. பிரதமர் கிளம்பிவிட்டார். அமெரிக்காவிலிருந்து ஒருவேளை அவர் திரும்பி வருவாரேயானால் நேரே உங்களைப் பார்க்கத்தான் வருவார்.

‘ஆம். எனக்குத் தெரியும். அதற்குமுன் யுத்தத்தை அதன் முழு வீச்சில் சந்தித்துவிடுவோம். எத்தனை பட்டாலியன்கள் களமிறங்கியிருக்கிறார்கள்?’

அதன்பின் நடந்தது பற்றி அதிகம் விவரிக்கவேண்டியதில்லை. முதலில் தற்காப்பு. பிறகு ஏறி அடித்தல். இந்திய வீரர்களின் தளராத தாக்குதலில் பாகிஸ்தான் முஜாஹிதீன்கள் தத்தளித்துப் போனார்கள். ஏறியிருக்கும் இடம் சிகரங்கள். திரும்பிப் போவதென்றால் இறங்கித்தீரவேண்டும். இறங்குமிடமெல்லாம் இந்திய ராணுவம். தவிரவும் அவர்கள் முன்னேறி, மேலேறியும் வந்துகொண்டிருக்கிறார்கள். உதவிக்கு வருகிறார்கள் என்று சொன்ன பாகிஸ்தான் ராணுவம் எந்த இடத்தில் இருக்கிறது என்று தெரியவில்லை. தகவல் தொடர்பு கிடையாது. கூரியர்களைக் கூட்டிக்கொண்டு வரவில்லை. ரெகுலர் ராணுவமும் தாக்குதலில் இறங்கிவிட்டது என்று யாரோ சொன்னார்கள். உறுதிப்படுத்த முடியவில்லை. ஐயா, ரொட்டிகள் எத்தனை மிச்சம் இருக்கிறது?

ஆயுதங்கள் போதவில்லை. குளிர் குடலைப் பிடுங்குகிறது. பசி கண்ணை மறைக்கிறது. இரவெல்லாம் தாக்குதல். பகலெல்லாம் தாக்குதல். இந்திய வீரர்கள் பேட்ச் பேட்சாக வந்து தாக்குகிறார்கள். எட்டு மணிநேரம் போரிட்டுவிட்டு, ஒரு செட் ஓய்வெடுக்கப் போய்விடுகிறது. புத்துணர்ச்சியுடன் இன்னொரு குழு அதே இடத்தில் அதே பணியை விட்ட கணத்திலிருந்து புதிதாக மேற்கொள்கிறது. சிகரங்களின் மேலே இருக்கிறவர்களுக்கு, கீழிருந்து தாக்குபவர்களால் அதிக ஆபத்தில்லை என்று நினைத்தது பெரும் பிசகு. கடவுளே! எத்தனை விதமான ராக்கெட்டுகள் வைத்திருக்கிறார்கள்.

உண்மையில் மேலே இருக்கும் பாகிஸ்தானியர்கள் எத்தனை பேர் என்று இந்தியப் படைகளுக்கு அத்தனை சரியாகத் தெரியாது. அவர்கள் ஐயாயிரம் பேர் இருந்தார்கள். அது பின்னால் தெரிந்த கணக்கு. தாக்குதலின் தீவிரத்தை மட்டும் வைத்துத் தோராயமாகத்தான் இந்தியா கணக்கிட்டது. எதற்கும் இருக்கட்டும் என்று முப்பதாயிரம் பேரைப் போர்முனைக்கு அனுப்பியிருந்தது. ஆறு மடங்கு அதிகம். அதற்குரிய பலன்.

○

'மன்னிக்கவேண்டும் பிரதமர் அவர்களே. நீங்கள் செய்திருக்கும் காரியத்துக்கான பலன் என்னவாக இருக்கும் என்று என் வாயால்

சொல்லமுடியவில்லை. தேசம் ஒரு யுத்தத்தில் ஈடுபட்டிருக்கிறது. ஆயிரம் ஆயிரம் வீரர்கள் தம் உயிரைப் பணயம் வைத்து போர்க்களத்தில் சண்டையிட்டுக் கொண்டிருக்கிறார்கள். இப்படியொரு யுத்தம் தொடங்கியதே எனக்குத் தெரியாது என்று அமெரிக்க அதிபரிடம் அழுதுவிட்டு வந்திருக்கிறீர்கள். இப்போது போரை நிறுத்தவேறு சொல்கிறீர்கள். இந்த தேசத்தின் கடைசிக் குடிமகன் கூட உங்களை மன்னிக்கமாட்டான்.'

'ப்ளீஸ். புரிந்துகொள்ளுங்கள் பர்வேஸ். க்ளிண்டன் மிகுந்த கோபத்தில் இருக்கிறார். அவரை எப்படிச் சமாதானப்படுத்துவது என்று எனக்குத் தெரியவில்லை.'

'அவர் எக்கேடு கெடட்டும். உங்கள் மக்களை எப்படிச் சமாதானப்படுத்தப்போகிறீர்கள்? அதைச் சொல்லுங்கள் முதலில்.'

'அதைப் பிறகு பார்த்துக்கொள்ளலாம். முதலில் இந்த யுத்தத்தை நிறுத்துங்கள். உங்களை கெஞ்சிக் கேட்டுக்கொள்கிறேன்.'

முஷாரஃப் அவரை உற்றுப்பார்த்தார். பனி படர்ந்த சிகரம். ஒரு ராணுவத் தளபதி அம்மாதிரி இடத்துக்கு நேரில் வந்து போர் நிலவரங்களை நேரில் காண்பதே அபூர்வம். தளபதியைத் தேடிப் பிரதமர் வந்திருக்கிறார். நல்லது. பாகிஸ்தானில் எதுவும் நடக்கும்.

'ஆனால் உண்மையைச் சொல்லுங்கள். போர் தொடங்கியது உங்களுக்குத் தெரியாது? சத்தியமாகத் தெரியாது?'

நவாஸ் பதில் சொல்லவில்லை. தலை குனிந்து நின்றிருந்தார். பேச நேரமில்லை பர்வேஸ். நிறுத்திவிடுங்கள். நான், பிரதமர் சொல்கிறேன். உத்தரவிடுகிறேன். நிறுத்திவிடுங்கள். முதலில் போர் ஓயட்டும். நாம் பிறகு பேசிக்கொள்வோம்.

நாலாயிரம் மரணங்கள், 665 படுகாயங்கள். இன்னும் போய்க்கொண்டிருக்கின்றன உயிர்கள். எல்லை தாண்டும்வரை இந்தியப் படைகள் தாக்குதலை நிறுத்தப்போவதில்லை. ஒரு போர் நிறுத்தத்தை வெற்றியாக அறிவித்துக்கொள்ள எதிரிகளுக்கு ஒரு சந்தர்ப்பத்தைக் கொடுத்திருக்கிறீர்கள் நவாஸ். சரித்திரம் உங்களை மன்னிக்காது. நான் கண்டிப்பாக மன்னிக்க மாட்டேன்!

கனத்த இதயத்துடன் தன் படைகளுக்கு உத்தரவிட்டார் பர்வேஸ் முஷாரஃப். போதும். திரும்பிவிடுங்கள்.

எளிய ஊடுருவலாக 1999ம் ஆண்டு மே மாதம் தொடங்கியது. படிப்படியாகப் பரிமாண வளர்ச்சி பெற்று ஜூலை மாதம் போர் நிறுத்தம் அறிவிக்கப்பட்டபோது பதினாறு கோடி பாகிஸ்தானியர்களும் நவாஸ் ஷெரீஃபைப் பார்த்துக் காறித் துப்பினார்கள். அவர் அணுகுண்டு வெடித்து தேசத்தின் பலத்தை உலகுக்குக் காட்டியதெல்லாம் உடனடியாக மறக்கப்பட்டது. அமெரிக்கா எச்சரித்தது. ஐரோப்பிய தேசங்கள் பலவும் காய் விட்டன. இந்திய அமைதிப் பேச்சுவார்த்தை முயற்சிகள் காலவரையறையற்றுக் கிடப்பில் போடப்பட்டன.

இனி எங்களுக்கு நவாஸ் வேண்டாம் என்று பாகிஸ்தான் மக்கள் சொன்னார்கள். பர்வேஸ் முஷாரஃப்தான் வேண்டும் என்று அவர்கள் கேட்கவில்லை. ஆனாலும் அதுதான் நடந்தது.

நடந்தபோது ஏற்றுக்கொண்டார்கள். நவாஸ் ஷெரீஃபைக் கைது செய்து, அவரது அரசைக் கலைத்துவிட்டு, தேசத்தில் அவசர நிலை பிரகடனம் செய்து, ராணுவ ஆட்சிக்கு அவர் அடிகோலினார். தன்னை சீஃப் எக்சிக்யூட்டிவ் ஆபீசர் என்று அறிவித்துக்கொண்டார்.

பாகிஸ்தான், அதன் ராணுவம் நடத்தும் ஒரு நிறுவனமாக உருமாறியது.

4. போகாதே, அந்தப் பக்கம்!

தீவிரமாக யோசித்துக்கொண்டிருந்தார். எதிரில் டீ ஆறிக் கொண்டிருந்தது கண்ணில் படவில்லை. வந்து காத்திருக்கும் உதவியாளரை உட்காரச் சொல்லத் தோன்றவில்லை. ஒரு நிமிடம் உள்ளே வருகிறீர்களா என்று அழைத்த மனைவியின் குரல் காதில் ஏறவில்லை. புத்தி முழுக்க ஒரே விஷயம் ஆக்கிரமித்திருந்தது. நான் இதனை எப்படிச் செய்யப்போகிறேன்? யார் யார் எனக்கு உதவப்போகிறார்கள்?

தேசமெங்கும் உதிரி உதிரியாக நிறையப்பேர் நீதிமன்றத்தில் வழக்குத் தொடர்ந்திருந்தார்கள். முஷாரஃபின் ராணுவப் புரட்சி செல்லாது என்று அறிவிக்கவேண்டும்.

அது பெரிய விஷயமில்லை. ராணுவ அரசுக்கெனப் புதிதாக சத்தியப் பிரமாணம் எடுத்துக்கொண்ட நீதிபதிகளும் வழக்கறிஞர்களும் அந்த வழக்குகளைச் செல்லாமல் செய்துவிடுவார்கள். பிரமாணம் எடுக்க மறுத்து, பதவியை ராஜினாமா செய்துவிட்டுப் போயிருக்கும் சட்ட நிபுணர்கள்தான் பிரச்னை. அதைக்கூட ஒருவேளை சமாளித்துவிட முடியலாம். ஆனால் மூன்று வருடங்களில் பொதுத்தேர்தல் நடத்தவேண்டும் என்று உச்சநீதிமன்றம் உத்தரவிட்டிருக்கிறது. தேதி குறித்துவிட்டார்கள். அக்டோபர் 12, 2002. மூன்று வருடங்களில்

எதுவும் நடக்கலாம் என்று அலட்சியப்படுத்திவிட முடியாது. உலகுக்கு ஒரு யுகம் என்பது பாகிஸ்தானுக்கு நூறு வருடம். உலகுக்கு மூன்று வருடம் என்றால் பாகிஸ்தானுக்கு மூன்று மாதம். காலம் அப்படிப் பறக்கிறது. அடுத்தடுத்த அதிரடித் திருப்பங்களில் காலண்டர் தேதிகள் கிழிபடுவதே கண்ணில் படுவதில்லை.

என்ன செய்யலாம்? மூன்று வருடங்களில் பொதுத்தேர்தல் நடத்துகிற சூழ்நிலை கண்டிப்பாக இல்லை. சூழ்நிலை இருக்கிறதோ, இல்லையோ - விருப்பம் இல்லை. ஒரு வாய்ப்புக் கிடைத்திருக்கிறது. ஆள்வதற்கான வாய்ப்பு. ஏதாவது ஜீபூம்பா வேலை செய்து பாகிஸ்தானையும் உலக அரங்கில் தலை நிமிர்ந்து நடக்கச் செய்துவிட முடிந்தால்!

'கண்டிப்பாகச் செய்யலாம். ஆனால் காலை வேளை டீயை ஆறவைத்துக் குடித்தால் அது சாத்தியமில்லை.' என்று வைத்த கோப்பையை எடுத்துக்கொண்டு வேறு கோப்பையை வைத்தார் சேபா.

'இல்லை சேபா. நான் உண்மையாகத்தான் சொல்கிறேன். எனக்கு அரசியல் நோக்கங்கள் ஏதும் இல்லை. நான் அரசியல்வாதியும் இல்லை. இந்த நாட்டுக்கு ஏதாவது செய்ய விரும்புகிறேன். எத்தனை சீரழிந்து கிடக்கிறது? எந்தத் துறை ஆவணங்களைப் புரட்டினாலும் குறைந்தது நூறு கோடிகளுக்கு ஊழல் நடந்திருக்கிறது. பதினெட்டு மில்லியன் டாலர் பெறாது. ஒரு பைப்லைன் திட்டம். அதற்கு எழுபத்தைந்து பில்லியன் டாலர் கொட்டேஷன் காட்டியிருக்கிறார்கள். என்ன அக்கிரமம் பார்!'

'புரிகிறது. ஆனால் உங்களுக்கு இந்த மாதிரி வேலைகளில் பரிச்சயம் கிடையாதே. ராணுவத்தை நிர்வகிப்பதற்கும் இதற்கும் சம்பந்தம் ஏதும் இருப்பதாக நான் கருதவில்லை. உங்களால் அடிப்படை ஒழுக்கம் உள்ள ஏரியாவில் மட்டும்தான் சகஜமாக வேலை பார்க்கமுடியும். எனக்கென்னவோ சீஃப் எக்சிக்யூட்டிவ் ஆபீசர் கூடிய சீக்கிரம் ஒரு பக்கா அரசியல்வாதி ஆகிவிடுவார் என்றுதான் தோன்றுகிறது.'

சிரித்தபடி உள்ளே போன மனைவியை முஷாரஃப் வியப்புடன் பார்த்தார். உண்மையில் அவர் மனத்துக்குள் ஓடிக்கொண்டிருந்த எண்ணமும் அதுதான். தேசத்தை நான் மாற்றப் போகிறேனா? அரசியல் என்னை மாற்றப் போகிறதா?

புரட்சிக்குப் பிறகு தன்னுடைய நடவடிக்கைகள் ஒவ்வொன்றையும் அவர் மிகக் கவனமாகவே திட்டமிட்டு வந்தார். ஓரிடத்தில்கூட பாகிஸ்தானில் நடந்ததை ராணுவப் புரட்சி என்று அவர் சொல்லவில்லை. ஒரு சுத்தமான ஜனநாயக ஆட்சிக்கு தேசத்தைத் தயார்ப்படுத்த ராணுவம் உதவியிருக்கிறது. அவ்வளவுதான். எனில், நடப்பது என்ன? வரப்போகிற ஜனநாயகத்துக்குக் கட்டியம் கூறும் ஆட்சி. உற்றுப்பாருங்கள். எந்தெந்தத் துறைகளில் யார் யார் அமர்ந்திருக்கிறார்கள் இப்போது என்று தெரிகிறதா? மாபெரும் பொருளாதார வல்லுநர் ஷவுகத் அஜீஸ் நிதித்துறை அமைச்சராக வந்திருக்கிறார். ஸ்டேட் பேங்க் ஆஃப் பாகிஸ்தானின் கவர்னர் இஷ்ரத் ஹுசைனெல்லாம் அமைச்சரவைக்குள் வருவார் என்று யாராவது கனவு கண்டிருப்பீர்களா? நான் சாதித்திருக்கிறேன். பிரபல தொழிலதிபர் ரஸாக் தாவூத் வர்த்தகத் துறைக்குப் பொறுப்பேற்றிருக்கிறார். ரெக்கிட் அண்ட் கோல்மன் நிறுவனத்தின் இயக்குநரைப் பிடித்து ஏற்றுமதி வளர்ச்சிக் கழகத்தின் தலைமைப் பொறுப்பை ஏற்கவைத்திருக்கிறேன்.

இதையெல்லாம் நீங்கள் எந்த அரசியல்வாதியிடம் எதிர்பார்க்க முடியும்? எதற்காகச் செய்கிறேன்? இந்த நாட்டுக்காக. நாட்டு மக்களுக்காக.

'மக்களுக்கு இதெல்லாம் புரியுமா சேபா?' அவர் கவலையுடன் மனைவியைப் பார்த்தார்.

புரியவேண்டும். அல்லது புரியவைக்கவேண்டும். வெளியே என்னதான் தேர்தல், ஜனநாயகம் என்று பேசினாலும் பாகிஸ்தானுக்கு அதெல்லாம் சரிப்படாது என்பதுதான் முஷாரஃபின் அடிப்படை எண்ணம். இதில் சந்தேகமில்லை. சில இருப்பியல் பிரச்னைகளால் அவர் ஊரோடு சேர்ந்து பாடவேண்டியிருந்தது. ஜனநாயகம். ஜனநாயகம். ஜனநாயகம். உள்மனத்தில் அப்போதும் ஒரு குரல்

கேளாமல் இல்லை. அன்புள்ள பர்வேஸ், நீ அரசியல்வாதி ஆகிக்கொண்டிருக்கிறாய். அவ்வப்போது உன் ராணுவ உடுப்பை எடுத்துப் போடு. இந்த ஷெர்வானி கிர்வானியெல்லாம் நமக்குச் சரிப்படாது.

தலைமை நிர்வாக அதிகாரியாகத் தனக்குத்தானே முடி சூட்டிக்கொண்டு பாகிஸ்தானை முஷாரஃப் ஆளத்தொடங்கியதும் மூன்று விஷயங்களில் மிகுந்த தீவிரம் காட்டினார். யாரும் மறுக்கமுடியாத தீவிரம் அது.

1. பொருளாதாரச் சீர்திருத்தம். வர்த்தகங்களை ஒழுங்குபடுத்தும் நடவடிக்கைகள். வங்கிகளின் செயல்பாட்டில் ஒழுக்கத்தைப் புகுத்தியது. வாராக்கடன்களைத் துப்பாக்கி முனையிலாவது வசூலித்துவிடவேண்டுமென்று சொன்னது. கணிசமாக வசூலும் ஆனது. விவசாயம் தொடர்பான ஆராய்ச்சிகளுக்கு நிதியும் நேரமும் ஒதுக்கியது. நீராதாரங்களைப் பயனுள்ள வகையில் செலவிட, தனியே ஆய்வுக்குழுக்கள் அமைத்து வேலையைத் துரிதப்படுத்தியது.

2. வறுமை ஒழிப்பு. எளிய சுயதொழில்கள் பல பாகிஸ்தானில் பெருகத் தொடங்கியது முஷாரஃபின் ஆட்சியில்தான். கொஞ்சம் போல் படித்துவிட்டு உடம்பை ஒழுங்காக வைத்துக்கொண்டிருக்கும் யார் விரும்பினாலும் ராணுவத்தில் உடனே வேலை கிடைத்தது. அந்நிய முதலீடுகளுக்கு அழைப்பு விடுத்து உள்நாட்டு வேலை வாய்ப்புகளை அதிகரிக்க நடவடிக்கை எடுத்தது.

3. கல்வி. பாகிஸ்தானில் எழுதப்படிக்கத் தெரிந்தவர்களின் இன்றைய சதவீதம் 54. இது முந்தைய நவாஸ் ஷெரீஃப் ஆட்சிக்காலத்தில் இருந்ததைக் காட்டிலும் ஒன்பது சதவீத வளர்ச்சியைக் காட்டுகிறது. பிள்ளைகளைப் படிக்க அனுப்புங்கள் என்று ராணுவ வீரர்களே கிராமப்புறங்களில் வீடு வீடாகப் போய்க் கேட்ட காட்சிகள் முஷாரஃப் ஆட்சிக்கு வந்த புதிதில் காணக்கிடைத்தன.

தான் தீவிரம் காட்டும் இன்னொரு விஷயம் என்று முஷாரஃப் அடிக்கடி சொல்வது வலுவான ஜனநாயகம். உறுதியான ஆட்சி முறை. இதனைக் கொஞ்சம் ஆராயலாம்.

ஜனநாயகத்துக்காக பர்வேஸ் முஷாரஃப் மேற்கொண்ட நடவடிக்கைகள் என்ன?

2001, ஜூலை 14ம் தேதி இந்தியாவுடன் ஓர் அமைதிப் பேச்சுவார்த்தைக்கு ஏற்பாடு செய்யப்பட்டது. நினைவிருக்கக்கூடும். ஆக்ரா சந்திப்பு. இந்தியத் தரப்பில் பேசுவதற்கு வாஜ்பாய் இருந்தார். அத்வானி இருந்தார். விமான நிலையத்தில் வரவேற்பதற்கு ஜனாதிபதி கே.ஆர். நாராயணனும் அவரது மனைவி உஷா நாராயணனும் தயார். ஒரு மாறுதலுக்கு விருந்தளிக்க அப்போதைய எதிர்க்கட்சித் தலைவர் சோனியா காந்தியும் தயார். உணர்ச்சிமயமான ஒரு காட்சி வேண்டாமா? டெல்லியில் முஷாரஃபின் குடும்பம் வசித்த காலத்தில் வாழ்ந்த வீட்டில் இப்போதிருக்கும் வயதான அம்மையார் மாலையிட்டு வரவேற்று உச்சிமுகர்ந்து நினைவுகளை மலரவிடக் காத்துக்கொண்டிருக்கிறார்.

ஆனால் முஷாரஃப் எப்படி வரப்போகிறார்? பேச்சுவார்த்தை யாருக்கும் யாருக்குமிடையே நடைபெறப்போகிறது? ஒரு பிரதமருக்கும் ஒரு ராணுவ ஆட்சியாளருக்குமா?

பலத்த சந்தேகம். சுமார் மூன்று மாத காலம் மீடியாவின் சிண்டையும் சிந்தனையையும் குடைந்துகொண்டிருந்த சந்தேகம். முஷாரஃப் பதில் சொல்லவில்லை. பேச்சுவார்த்தை நடக்கும். வெற்றிகரமாக நடக்கும். பொறுத்திருந்து பாருங்கள். அதுதான் அவர் உணர்த்தியது.

எனவே ஆர்வம் கூடியது. இந்தியா எதை எதிர்பார்ப்பது என்று தெரியாமல் காத்திருந்த வேளையில் முஷாரஃபின் முதல் ஜனநாயக நடவடிக்கை அங்கே அரங்கேறியது. இனி நான் சி.இ.ஓ. இல்லை. அதிபர். பாகிஸ்தானின் அதிபர்.

இன்னொரு தன்முடிசூட்டு விழா. அதுவரை அதிபராக இருந்த ரஃபீக் தராருக்கு விருப்பமில்லாத ஓய்வு தரப்பட்டது. வழக்கம்போல் எதிர்க்கட்சிக்காரர்கள் கொதித்தார்கள். ஊர்வலம் போனார்கள். வழக்கு தொடுத்தார்கள்.

ஜெனரல் முஷாரஃப், அதிபர் முஷாரஃபாக இந்தியாவுக்கு வந்தார். கைகுலுக்கல்கள். விருந்து உபசரிப்புகள். கண்ணீர் மல்கும் பழைய நினைவுகள். பேச்சுவார்த்தை மட்டும் தோல்வி. அது பிரச்னை இல்லை. கதவு திறந்தேதான் எப்போதும் இருக்கும். நானும் வருகிறேன். நீங்களும் வாருங்கள். திரும்பவும் பேசுவோம். நல்லுறவு வளர்க்கலாம்.

ஊருக்குத் திரும்பியதும் தேர்தல் தேதி பயமுறுத்த ஆரம்பித்தது. அக்டோபர் 12, 2002. அதிக அவகாசமில்லை. ஏதாவது செய்தாகவேண்டும். ஆனால் என்ன செய்வது?

இரண்டு காரியங்களில் முஷாரஃப் மிகத் தீவிரமாக இறங்கினார். முதலாவது, தான் அதிபர் பதவி ஏற்றதைச் சட்டபூர்வமாக்க வேண்டும். இரண்டாவது, தேர்தல் என்று இறங்கிவிடும்பட்சத்தில் தன் சாதகத்துக்கு ஒரு கட்சி அவசியம். நான் அரசியல்வாதி இல்லை. ஆனால் என்னை ஆதரிக்க ஒரு கட்சி அவசியம் என்பது இதற்கு அர்த்தம்.

நாடாளுமன்றத்தில் மசோதா ஒன்றைக் கொண்டுவந்தார். ஜெனரல் பர்வேஸ் முஷாரஃப் பாகிஸ்தானின் அதிபராகப் பொறுப்பேற்றது சட்டத்துக்கு உட்பட்டதுதான். நாங்கள் இதனை அங்கீகரிக்கிறோம். எங்கே, ஒப்புக்கொண்டு வோட்டுப்போடுங்கள் பார்க்கலாம்?

மாட்டேன் என்று எதிர்க்கட்சிக்காரர்கள் சொல்லிவிட்டார்கள். பேனசிரின் பாகிஸ்தான் மக்கள் கட்சியும் நவாஸ் ஷெரீஃபின் பாகிஸ்தான் முஸ்லிம் லீகும் இவற்றில் முக்கியமானவை. முஷாரஃபால் சில துக்கடாக்களை வளைத்துவிட முடிந்தது. ஆனால் மெஜாரிடி பலம் இந்த இரண்டு பேரிடம்தான் இருந்தது. நீடித்த ஜனநாயகத்தின் புதிய நூற்றாண்டுக் காவலர்கள்.

வேறு வழியில்லை. முஷாரஃப், ராணுவத்திடமும் உளவுத்துறையிடமும் கலந்து பேசினார். நவாஸின் கட்சியை உடைத்துவிடுங்கள். நமக்குச் சாதகமாக ஒரு கட்சி வேண்டும். காலத்தின் கட்டாயம் அது.

அப்போது பிறந்ததுதான் PML(Q). பாகிஸ்தான் முஸ்லிம் லீக் - காய்தே அஜம் பிரிவு என்று பொருள். அடக்கடவுளே! காய்தே

அஜம் ஜின்னா எதற்காக வந்தார்? என்றால், எம்.ஜி.ஆர். தனிக்கட்சி தொடங்கியபோது அதன்பெயரில் அண்ணா எதற்கு வந்தாரோ, அதற்காகத்தான்!

நிறைய செலவுகள். வளமான குதிரை வியாபாரம். வேண்டாம் பர்வேஸ், போகாதே இந்தப் பக்கம் என்று எப்போதும் அவரது உள்ளுணர்வு எச்சரித்துக்கொண்டுதான் இருந்தது. ஆனால் பாகிஸ்தான் புனரமைப்பு என்கிற மிகப்பெரிய லட்சியத்துக்கு இதெல்லாம் பலியிடப்படவேண்டிய ஆடுகள் என்று அவர் நினைத்தார்.

அதிபர் பதவியில் அவர் அமர்ந்ததை ஒப்புக்கொள்ள ஒரு சிலரைத் தவிர பெரும்பாலான சபை உறுப்பினர்கள் மறுத்துவிட்டாலும் வாக்களியுங்கள் என்று பெட்டியைக் கொண்டு வைத்துவிட்டுப் பிறகு எண்ணி, முடிவு சொன்னபோது மெஜாரிடி வாக்குகள் கிடைத்துவிட்டதாகவே அறிவிக்கப்பட்டது.

இது அநியாயம், அக்கிரமம். நடந்திருப்பது மாபெரும் மோசடி என்று எதிர்க்கட்சிகள் அலறின. முஷாரஃப் தட்டிக்கொண்டு எழுந்து போய்விட்டார்.

முஷாரஃபுக்கு ஜனநாயகம் புரியத் தொடங்கிய நேரம் என்று அதனைச் சொல்லலாம். அந்த அக்டோபர் மாதம் வந்தது. தேர்தல். என்ன நடக்கப்போகிறது என்று உலகம் நகம் கடித்துக் காத்திருந்தது. நாடாளுமன்றத்தில் உறுப்பினர்களாக வந்து சேர்வோரில் பெரும்பான்மையானவர்கள் அதிபரை எதிர்க்கக்கூடியவர்களாக இருந்துவிடும்பட்சத்தில் முஷாரஃபுக்குச் சிக்கல் உண்டாகிவிடும். அப்படி ஆகிவிடக்கூடாது என்பதுதான் அவர் விருப்பம். பணிகள் அதற்காகவே தனிக்கவனத்துடன் மேற்கொள்ளப்பட்டன. உளவுத்துறையும் ராணுவத்தின் ஒரு பகுதியும் முஷாரஃபுக்காக ரகசிய ஆதரவு தேடிக்கொண்டிருந்தன. மறுபுறம் பாகிஸ்தான் முஸ்லிம் லீகின் முஷாரஃப் பிரிவு - பாவம் ஜின்னா, நாமாவது அவரை விட்டுவிடுவோம் - பல சுயேச்சைகளுடனும் சில உதிரிக்கட்சிகளுடனும் கூட்டணி வைத்துத் தேர்தலுக்குத் தயாராகிக்கொண்டிருந்தது.

பணம் வெள்ளமாகப் பாய்ந்தது. ஜனநாயகத்தில் இது தவறு இல்லை. ஊரெங்கும் கொடிகள் பறந்தன. போஸ்டர்களால் கிராமப்புறங்கள் கதிகலங்கின. இதுவும் சம்மதமே. வீதி தோறும் மேடைகள். விளக்கு வைத்தால் காரசாரப் பேச்சுகள். பேசுபொருள் முஷாரஃபைத் தவிர வேறில்லை.

நானொரு ராணுவ அதிகாரி. எதையும் மணிக்கணக்கில், மாதக்கணக்கில் விவாதித்துக்கொண்டும் அலசி ஆராய்ந்துகொண்டும் இருப்பது என் இயல்பல்ல. ஒரு கணம் முடிவெடுக்க. மறுகணம் செயல்படுத்த. என் துப்பாக்கியின் வேகம், என் புத்தியின் வேகம். பார், யார் யார் வாயிலோ விழுந்து எழுந்திருக்கவேண்டியிருக்கிறது. அக்டோபர் பன்னிரண்டுக்காகக் காத்திருக்கிறேன் இப்போது. யாருக்கு வாக்களிக்கப்போகிறார்கள் மக்கள் என்று தெரியவில்லை. என்னை மதித்து அங்கீகரித்த மக்கள்தான். ஆனாலும் நம்புவதற்கில்லை என்று உளவுத்துறை சொல்கிறது. நான் இப்போது என்ன செய்யலாம்?

காத்திருந்தார். வேறொன்றும் செய்வதற்கில்லை. தேர்தல் முடிந்து அவரது சார்புக் கட்சியின் கூட்டணி வெற்றி பெற்ற தகவல் வந்து சேரும்வரை அவருக்குத் தூக்கம் இல்லை.

ஜனநாயகம் அவருக்கு முழுமையாகப் புரிந்த தருணம் என்று அதனைச் சொல்லலாம். ஊழல் கிடையாது. லஞ்சம் கிடையாது. நேர்மை ஒன்றைத்தவிர ஒரு ராணுவ ஆட்சியாளரிடம் வேறெதையும் எதிர்பார்க்காதீர்கள். சொன்னது அவர்தான். ஆனால் அந்தத் தேர்தலில் அனைத்தும் இருந்தன. ஊழல். லஞ்சம். கள்ள வோட்டு. முஷாரஃப் அப்படியேதும் இல்லை என்றுதான் சொன்னார். ஆனால் இருந்தது. சந்தேகமில்லை.

தேர்தலுக்குப் பிறகு சபை கூடிய காலங்களில் ஒருபோதும் எந்த விவாதமும் ஒழுங்காக நடக்கவில்லை. எப்போதும் கூச்சல், கோஷம். அடிதடி கலாட்டா. சுமார் ஒரு வருட காலம் நீடித்த களேபரம் அது. அதிபர் முஷாரஃப் பார்த்துக்கொண்டுதான் இருந்தார். இந்த தேசத்துக்கு ஜனநாயகம் எதற்கு? மீண்டும் மண்டைக்குள் கொத்தத் தொடங்கிய குளவியைத் தட்டி ஒரு ஓரத்தில் உட்காரவைத்தார்.

இன்னும் கொஞ்சம் விட்டுப் பார்க்கலாம். என்ன கெட்டுவிடப் போகிறது?

பதவிக்கு வந்த நாளாக நிர்வாக ரீதியில் அனைத்து முடிவுகளும் அவரது அலுவலகத்தில் மட்டுமே எடுக்கப்பட்டுக்கொண்டிருந்தது. இதனைப் புரியும் விதத்தில் சொல்லுவதென்றால் இப்படிச் சொல்லலாம். ஒப்புக்கு அவர் தேர்தல் வைத்தார். ஒப்புக்கு ஒரு ஆட்சி அமைத்தார். ஒப்புக்குச் சபை நடந்தது. ஒப்புக்குச் சண்டை போட்டார்கள். அத்தனை முடிவுகளையும் அதிபரேதான் எடுத்துக்கொண்டிருந்தார். ஞாபகம் இருக்கட்டும். இருப்பியல் காரணங்களினால் நான் இப்போது அதிபர். இருக்கிற வரைக்கும் நான் ராணுவத் தளபதி.

அதென்ன அக்கிரமம், அரசியல் சாசனத்துக்கு விரோதமாக ஒருவரே இரண்டு பதவிகளில் இருப்பது? ராஜினாமா செய் என்று அப்போதே தொடங்கிவிட்டார்கள். அடக்கடவுளே! அரசியல் சாசனமா? அது எங்கே இருக்கிறது? அமுலில் இருப்பது ராணுவசாசனமல்லவா?

இருந்தாலும் முஷாரஃப் அவ்வப்போது சொல்லிக்கொண்டுதான் இருந்தார். கவலைப்படாதீர்கள். விரைவில் ராணுவத்தளபதி பதவியில் இருந்து விலகிவிடுவேன்.

யார் நம்பினார்கள்? சிக்கல் முற்றிக்கொண்டே போன 2003ம் ஆண்டின் இறுதியில் ஒரு பரிபூரண அரசியல்வாதியாக முஷாரஃப் மலர்ந்தார். நம்புங்கள். டிசம்பர் 2004ல் நான் அந்தப் பதவியைத் துறந்துவிடுவேன். இது வாக்குறுதியல்ல. நமக்குள் ஓர் ஒப்பந்தம். பதிலுக்கு நீங்கள் செய்யவேண்டியது இரண்டு காரியங்கள். 1999ல் நான் புரிந்த ராணுவப் புரட்சிக்கு சட்ட அங்கீகாரம் கிடைக்க ஒத்துழைப்பு தரவேண்டும். அடுத்தது, டிசம்பர் 2004 வரை நான் பிரச்னையில்லாமல் இரண்டு பொறுப்புகளிலும் தொடர்வதற்கு நீங்கள் ஆதரவு தரவேண்டும். சம்மதமா?

MMA என்கிற ஆறு கட்சிக்கூட்டணியுடன் இவ்விதமாக ஓர் ஒப்பந்தம் செய்ய முன்வந்தார் முஷாரஃப். அவர்களும் ஏற்றுக்கொண்டார்கள். என்ன கேட்கிறார்? இன்னும் ஒரு வருடம். அவ்வளவுதானே? ஒழியட்டும். அதன்பிறகாவது மனிதர் திருந்துகிறாரா பார்ப்போம்.

முஷாரஃபின் ராணுவப் புரட்சி சட்டபூர்வ அங்கீகாரம் பெற்றது. அந்த ஒரு வருடம் முழுக்க அவரைப் பதவி விலகச் சொல்லிப் பெரிய போராட்டங்கள் ஏதும் நடக்கவில்லை. யாரும் புதிதாக வழக்குத் தொடரவில்லை.

டிசம்பர் வராமலா போகும்? வரத்தான் செய்தது. முஷாரஃப் மட்டும் முடியாது என்று சொல்லிவிட்டார். இன்னும் சில பணிகள் இருக்கின்றன. விரைவில் செய்துவிடுகிறேன்.

வெறுத்துப் போய்விட்டார்கள்.

முஷாரஃப், சர்வதேச அளவில் ஒரு தேர்ந்த அரசியல்வாதியாக அப்போதுமுதல் அறியப்பட்டார்.

தொடக்கத்தில் அவரது புரட்சியை விமரிசனம் செய்து, கண்டித்து, எச்சரிக்கை செய்துகொண்டிருந்த அமெரிக்கா உள்ளிட்ட அனைத்து மேற்கத்திய தேசங்களும் அப்புறம் அதுபற்றிப் பேசுவதை நிறுத்திவிட்டன. இடைப்பட்ட காலங்களில் ஜெனரல் முஷாரஃப் அமெரிக்காவுக்கு மிகவும் வேண்டப்பட்டவராக மாறிவிட்டதுதான் காரணம்.

செப்டெம்பர் 11. யார் மறப்பார்கள்?

5. போ! திரும்பாதே!

கராச்சி கார்ப்ஸ் கமாண்டர் அலுவலகத்தில் இருந்தார் முஷாரஃப். மாலை மணி ஆறு. விஷயம் ஒன்றும் பிரமாதமில்லை. கராச்சி அருங்காட்சியகத்தில் ஏதோ நிகழ்ச்சி. முடித்துவிட்டுத் தலைநகரம் திரும்பவேண்டும். அதற்குமுன் கார்ப்ஸ் கமாண்டரைப் பார்த்துக் கொஞ்சம் பேசிவிட்டுப் போகிற உத்தேசம். நீ சௌக்கியமா? நான் சௌக்கியம். நாமெல்லோரும் சௌக்கியமாக இருக்க எல்லாம் வல்ல பரம்பொருளைப் பிரார்த்திப்போம்.

பரபரவென்று உள்ளே ஓடிவந்த முஷாரஃபின் ராணுவச் செயலாளர் நதீம் தாஜ், 'ஐயா மன்னிக்கவேண்டும். ஒரு நிமிடம் தொலைக்காட்சியைப் பாருங்கள்' என்று பதிலுக்குக் காத்திராமல் அங்கிருந்த டிவியை ஆன் செய்து சேனல்களில் தேடத் தொடங்கினார்.

'என்ன நதீம்? அப்படியென்ன தலைபோகிற அவசரம்?'

அவர் பதில் சொல்லவில்லை. அவர் தேடிய சி.என்.என். அலைவரிசை அகப்பட்டுவிட்டது.

அமெரிக்கா தாக்கப்பட்டது. சிவப்புப் பட்டையில் வெள்ளை எழுத்துகள் அலறிக்கொண்டிருந்தன. என்னவென்று புரியாத

சத்தங்கள். அலறி ஓடும் பொதுமக்கள். சூழும் புகை மண்டலம். தெளிவற்ற படத்தொகுப்பு. என்ன, என்ன என்று முஷாரஃப் இரண்டு மூன்று முறை கேட்டும் நதீம் பதில் சொல்லவில்லை. அவர் மிகவும் கலவரமடைந்திருந்தது முகத்தில் தெரிந்தது.

முஷாரஃப் கூர்ந்து கவனித்தார். வர்த்தக மையக் கட்டடங்கள் மீது இரண்டு விமானங்கள் மோதியிருக்கின்றன. 'பெண்டகன்' என்னும் ராணுவத் தலைமையகத்தின் மீது இன்னொரு விமானத் தாக்குதல். நான்காவது விமானம் குறித்த செய்தி அப்போது வரவில்லை.

'ஐயோ' என்றார் முஷாரஃப்.

'நாம் கிளம்பவேண்டும் ஐயா. உடனடியாக.'

கவர்னர் மாளிகைக்கு விரைந்தார். அங்கிருந்தபடிக்கு அவசர அவசரமாக ஓர் அறிக்கையை எழுதினார். தானே கைப்பட. வன்மையாகக் கண்டிக்கிறேன். யார் செய்திருந்தாலும். யார் பொறுப்பாக இருந்தாலும். இதன் விளைவுகள் எத்தனை மோசமாக இருக்கும் என்பது எனக்கு மிக நன்றாகத் தெரிகிறது. இக்கட்டான இத்தருணத்தில் அமெரிக்காவுக்கு பாகிஸ்தானின் ஆதரவு அவசியம் இருக்கும்.

எழுதிய அறிக்கையைப் படித்துப் பார்க்கிற அவகாசம் கூட இல்லை. அதற்குள் நதீம் தாஜ் தொலைக்காட்சி நிலையத்தினரையும் வானொலி நிலையத்தினரையும் அங்கே வரவழைத்திருந்தார். முஷாரஃப், எழுதிய அறிக்கையை டிவிக்கு வாசித்தார். தூக்கமில்லாமல் அந்த இரவைக் கழித்துவிட்டு மறுநாள் விடிந்ததும் பரபரப்புடன் எழுந்தார். அன்றைக்கு அங்கே கவர்னர் மாளிகையில் ஒரு முக்கியமான கூட்டம் இருந்தது அவருக்கு. சீக்கிரம் முடித்துவிட்டு இஸ்லாமாபாத் போய்விட்டால் நல்லது என்று நினைத்துக்கொண்டார். தாக்குதல் அமெரிக்காவில் நடந்திருந்தாலும் சிக்கல் தனக்குத்தான் இருக்கும் என்பது அவருக்குத் தெளிவாகத் தெரிந்தது.

பிரச்னை அப்படிப்பட்டது. சூழ்நிலையும் அதனை ஒட்டியே அமைந்துவிடுவது எதிர்பார்க்க முடியாததல்ல. விதைத்த

வினைகளுக்கு அறுவடைக் கூலி கொடுத்தாகவேண்டிய தருணம் நெருங்குகிறது. நல்லது. என்னருமை அமெரிக்காவே, இப்போது என்னிடம் நீ என்ன எதிர்பார்க்கிறாய்?

முந்தைய நாள் மாலை தொலைக்காட்சியில் துண்டுக்காட்சிகளாகப் பார்த்தபோதே அவருக்குப் புரிந்துவிட்டது. இப்படியொரு மாபெரும் பேரழிவை அல் காயிதா தவிர வேறு யாரும் கற்பனையில்கூட உருவாக்கிப் பார்க்க முடியாது. பிறகு அமெரிக்காவும் அகில உலகமும் அதையே சொல்லி இரவெல்லாம் திரும்பத் திரும்பக் கேட்டாகிவிட்டது. எப்படியும் இதற்கு பதில் என்று ஒன்று இருக்கும். என்னவாக இருக்கும் என்பது ஒரு விஷயம். தன் பங்களிப்பு என்னவாக இருக்க விரும்புவார்கள் என்பது அடுத்தது.

கவர்னர் மாளிகைக் கூட்டம் தொடங்கிய ஐந்து நிமிடங்களுக் கெல்லாம் நதீம் தாஜ் முஷாரஃபின் அருகே விரைந்து வந்தார்.

'ஐயா கொஞ்சம் எழுந்து வருகிறீர்களா?'

'இப்போதா? என்ன விஷயம்?'

'அமெரிக்காவிலிருந்து தொலைபேசி அழைப்பு. உள்துறைச் செயலாளர் காலின் பாவெல் லைனில் இருக்கிறார்.'

முஷாரஃப் தன்னைச் சுற்றி அமர்ந்திருப்பவர்களை ஒருகணம் பார்த்தார். மாகாண வளர்ச்சி அதிகாரிகளும் ஆட்சியாளர்களும் கவர்னரும் கார்ப்ஸ் கமாண்டரும் வேறு பலரும் நிறைந்த கூட்டம். கராச்சி பிராந்திய வளர்ச்சிக்கென அடுத்த நிதியாண்டில் ஒதுக்கவேண்டிய தொகை குறித்த அலசல் நடந்துகொண்டிருக்கிறது. ஒரு தோராய பட்ஜெட் போட்டுவைத்துக்கொண்டு, என்னென்ன செய்யவேண்டும், எப்படிச் செய்யவேண்டும் என்று விவாதிக்கத் தொடங்கியிருந்தார்கள். இரண்டொரு பாலங்கள் கட்டவேண்டியதன் முக்கியத்துவம் குறித்து நகர கமிஷனர் தீவிரமாக விளக்கிக்கொண்டிருக்கிறார்.

'நானே திரும்ப அழைக்கிறேன் என்று சொல்லிவிடுங்கள் நதீம்'

‘இல்லை ஐயா. நீங்கள் எத்தனை அவசரப் பணியில் இருந்தாலும் உடனே லைனுக்கு வரச் சொல்கிறார். அவரது குரல் வேண்டுகோள் மாதிரி இல்லை.’

‘பிறகு?’

நதீம் தயங்கினார். ஆனாலும் தெரிவித்தாகவேண்டும். ‘உத்தரவிடுவதுபோலப் பேசுகிறார் ஐயா.’

முஷாரஃப் எழுந்துகொண்டார். இதுதான். இவ்வளவுதான். எதிர்பார்த்ததுதான் என்றாலும் இத்தனை விரைவில் அவர் எதிர்பார்க்கவில்லை. ஒருநிமிடம் என்று அனுமதி பெற்றுக்கொண்டு உள்ளே போனார். தொலைபேசியில் அவர் பேசிய ஒரே வார்த்தை, ஹலோ.

வணக்கம். நான் காலின் பாவெல் பேசுகிறேன். நலம் விசாரிக்கும் நிலைமையில் நானும் என் தேசமும் இப்போது இல்லை. தெரியவேண்டியது ஒன்றுதான். ஒரு யுத்தம் தொடங்கியிருக்கிறது. எனக்குத் தெரியவேண்டியது ஒன்றுதான். நீங்கள் எங்கள் பக்கமா? எதிரிகளின் பக்கமா?

தூக்கிவாரிப் போட்டது முஷாரஃபுக்கு. உட்கார்ந்து யோசித்து எழுதிப் பார்த்து எடிட் செய்து பிரயோகிக்கும் சொல்லாயுதம் போல் எப்படியொரு கட்டுக்கோப்பு! ஐந்தே வார்த்தைகள். ஆனால் உள்ளே எத்தனை அர்த்தங்கள்!

எங்கள் பக்கம் என்றால் அமெரிக்காவின் பக்கம் என்று பொருள். எதிரிகளின் பக்கம் எதுவென்று இன்னும் ஆதாரபூர்வமாகத் தீர்மானிக்கப்படவில்லை. ஒரு குத்துமதிப்பாகத்தான் அம்முடிவுக்கு வந்துசேரவேண்டியிருக்கும். அல் காயிதாதான்; சந்தேகமில்லை என்று அடித்துச் சொல்லிவிடுவது பிரமாதமில்லை. ஆதாரங்கள் தேட அவகாசம் பிடிக்கும். கண்டிப்பாக. அதெல்லாம் சேர்ந்து, நிரூபணமாகி, நடவடிக்கை என்று அடுத்தக்கட்டத்துக்குப் போக அமெரிக்கா தயாரில்லை என்பதைச் சொல்லிவிட்டார். இன்றே. இங்கே. இப்போதே. என் பக்கமா? எதிரி பக்கமா?

முஷாரஃபுக்கு யோசிக்க அவகாசம் இருக்கவில்லை. பாவெல் கேட்பது ஒருவரி பதில். இப்போது அதுபோதும். பிறகு நிதானமாகப் பேசிக்கொள்ள ஒரு சந்தர்ப்பம் கிடைக்காமல் போகாது. ஆனால் ஒரு தேசத்தின் அதிபரிடம் இப்படியொரு வெளிப்படையான மிரட்டல் விடுக்கும் மனோபாவத்தை எங்கிருந்து பெற்றார்கள்? தன்னிடத்தில் நவாஸ் ஷெரீஃப் இப்போது இருந்திருந்தால் என்ன சொல்லியிருப்பார்? அல்லது நடந்ததை ஜீரணித்தாவது இருக்கமுடியுமா அவரால்?

திரு. காலின் பாவெல், பாகிஸ்தான் எப்போதும் அமெரிக்காவின் நண்பனாகத்தான் இருந்து வந்திருக்கிறது. உங்களுக்குத் தெரியாததல்ல. உங்கள் கேள்வி எனக்கு வியப்பாக இருக்கிறது என்று மட்டும் முஷாரஃப் சொன்னார். உள்ளுக்குள் சிலிர்த்துக் கொண்டு எழுந்த தன் அகங்காரத் தீயை ஒரு தம்ளர் தண்ணீர் குடித்து அணைத்தார். கொதிக்கும் தருணம் இதுவல்ல. மிதித்துத் தேய்த்துவிடுவார்கள்.

தேவை, ராஜதந்திரம் என்று அவர் தனக்குள் சொல்லிக்கொண்டார். எல்லா யுத்தங்களிலும் மூன்று பக்கங்கள் உண்டு. என் பக்கம். எதிரியின் பக்கம். அல்லது எப்பக்கமும் சாராத நடுநிலைமை. உலக யுத்தங்களிலும் உண்டு, உள்ளூர் யுத்தங்களிலும் உண்டு. கவனமாக அந்த மூன்றாம் பக்கத்தைக் கிழித்து எடுத்துவிட்டுப் பேசியதில் அமெரிக்காவின் கோபம் அவருக்குத் தெளிவாகப் புரிந்தது. அடி என்றால் அடி, அப்படியொரு அடி. ஆன்மாவில் விழுந்த அடி அது. வர்த்தக மையக் கட்டடம் என்பது கல்லும் மண்ணும் இரும்பும் இன்னபிறவும் கொண்டு கட்டப்பட்ட வழக்கமான கட்டடம்தான். ஆனால் இந்தத் தருணத்தில் முல்லா ஒசாமா பின்லேடன் அதனை அமெரிக்காவின் ஆணவத்துக்கு ஒரு குறியீடாக வைத்திருக்கிறார். நல்லது. இது இருள் வரும் நேரம். ஆனால் உறங்கிக்கொண்டிருக்க முடியாது. தட்டுத்தடுமாறியாவது நடந்துதான் ஆகவேண்டும். படுத்தால் புதைத்துவிடுவார்கள்.

○

பயங்கரவாதம் மற்றும் அவற்றைச் செய்யும் குழுக்கள் விஷயத்தில் பாகிஸ்தானின் நிலை எப்போதும் இரண்டாகவே இருந்திருக்கிறது. இன்று நேற்றல்ல. அத்தேசம் பிறந்த தினமாக.

எல்லா நாடுகளிலும் குழுக்கள் உண்டு. போராடும் குழுக்கள். குண்டு வெடிக்கும் குழுக்கள். கொலைகாரக் குழுக்கள். போராளிகளாகவும் தீவிரவாதிகளாகவும் பயங்கரவாதிகளாகவும் அபாயகரமான வெறும் கிரிமினல்களாகவும் அவரவர் தத்தமது எச்சத்தால் கணிக்கப்படுவது எங்கும் உண்டு. பெரும்பாலும் அரசுகள் இக்குழுக்களை எதிர்க்கும். வாழ்நாளெல்லாம் ஒழிக்கப் போராடும். என்றும் ஓயாத காஃபி - டாஃபி யுத்தம். இன்னும் சில தேசங்களில் இத்தகைய இயக்கங்களை, அமைப்புகளை அரசாங்கமே ஸ்பான்சர் செய்யும். வேண்டிய ஆயுதங்கள் தரும். பயிற்சிகள் தரும். தங்க இடம் தரும். போய்வர வாகன வசதி செய்துதரும். தன்னால் நேரடியாக அடிக்கமுடியாத இலக்குகளை இத்தகைய குழுக்களைக் கொண்டு அடிப்பார்கள்.

காலம் முழுதும் வைத்துக் காப்பதும் உண்டு. காரியம் முடிந்ததும் கழட்டிவிடுவதும் உண்டு.

பொதுவாக மத்தியக் கிழக்கு தேசங்களில் இம்மாதிரியான குழுக்களை அரசாங்கங்கள் ரகசியமாக ஊக்குவித்து வளர்ப்பது தொன்றுதொட்ட வழக்கம். இரான் செய்யும். இராக் செய்யும். இஸ்ரேல் ஜோராகச்செய்யும். சிரியா, லெபனான், எகிப்து, பாலஸ்தீன் எங்கும் உண்டு. எல்லா இடங்களிலும் உண்டு. எங்கெங்கே அரசுகளுக்குப் பிரச்னை உண்டோ, அங்கெல்லாம் இத்தகைய குழுக்களை அவை சுவீகாரம் எடுத்துக்கொள்ளும். என் சார்பில் நீ சென்று போரிடு. உன் சார்பிலேயே கூடச் செய்துகொள்ளலாம். எனக்கும் அதில் லாபம் இருக்கவேண்டியது முக்கியம். உனக்கு வேண்டியது என்ன? ஆயுதங்கள். பணம். கவலையை விடு. நான் இருக்கிறேன்.

அள்ளிக் கொடுப்பார்கள். தோள் தட்டி ஊக்குவிப்பார்கள். ஒரு பிரச்னை என்று வரும்போது மட்டும் நீ யாரோ இங்கு நான் வேறோ என்று திரும்பி நின்று முறைக்கத் தொடங்கிவிடுவார்கள்.

இதற்கெல்லாம் ஆதிபுருஷன் அமெரிக்கா. அவர்கள் செய்யாதது இல்லை. மத்தியக் கிழக்கில் மட்டுமல்ல. உலகம் முழுதும் எங்கெல்லாம் சாத்தியம் இருந்ததோ, அங்கெல்லாம்

போராளிக்குழுக்களை விதைத்து, உரமிட்டு, வளர்த்துவிட்டது அவர்கள்தாம். இன்னார் காலத்தில் இப்படி நடந்தது, அன்னார் காலத்தில் அப்படி இருந்தது என்று தேடித்தேடி ஆராயவே வேண்டாம். எல்லாக் காலத்திலும் அமெரிக்கா அப்படித்தான் இருந்தது; இயங்கியது. தென் அமெரிக்க தேசங்களில், இராக்கில், ஆப்கனிஸ்தானில், பாகிஸ்தானில், ரஷ்யக் கூட்டமைப்பு தேசங்களில் அவர்கள் புரிந்த திருவிளையாடல்கள் அனந்தம்.

குறிப்பாக ஆப்கனிஸ்தானில். எண்பதுகளில் தொடங்கிய சோவியத் யூனியன் ஆக்கிரமிப்புக்கு எதிராக ஆப்கனில் பல ஜிஹாதிக் குழுக்களை அமெரிக்கா போஷித்து வளர்க்கத் தொடங்கியது. பனிப்போரின் ஒரு பகுதி அது. எதையாவது கொடுத்து, யாரையாவது பிடித்து சோவியத் யூனியனை ஒடுக்குவது மட்டுமே குறியாக இருந்தது அவர்களுக்கு. பத்தாண்டு காலம் நீடித்த ஆப்கன் யுத்தத்தின் இறுதியில் முழு தேசத்தையும் துப்பாக்கியாளர்கள் துண்டாடுவதற்கேற்ற ரொட்டித்துண்டாக ஆக்கிவைத்துவிட்டு நிம்மதியாக ஊர் போய்ச் சேர்ந்தார்கள்.

அப்போதெல்லாம் ஆப்கனிஸ்தானில் 'காரியம்' செய்ய அமெரிக்காவுக்குத் தோள்கொடுத்த தேசம் பாகிஸ்தான். தோள் கொடுப்பதென்ன? இட்ட உத்தரவுகளுக்கு அடிபணிந்தாக வேண்டியது கட்டாயம். அமெரிக்க ஆயுதங்கள் அனைத்தும் பாகிஸ்தானுக்குத்தான் வந்து இறங்கும். ஐ.எஸ்.ஐ. மேற்பார்வையில் அவை ஆப்கன் ஜிஹாதிகளுக்கு வழங்கப்படும். பயிற்சி தருவது கூடுதல் பணி. பார்த்துப் பார்த்துச் செய்தார்கள். சோவியத் யூனியன் பிடியிலிருந்து ஆப்கனிஸ்தான் விடுபடவேண்டுமென்பது அப்போது அத்தனை முக்கியமாக இருந்தது.

விடுவித்தபிறகு என்ன என்பது குறித்து யாரும் பெரிதாக யோசித்திருக்கவில்லை. யுத்த அழிவுகளைச் சீர் செய்து தந்துவிட்டுப் போகிறேன் என்று அமெரிக்கா சொல்லியிருந்தது. செய்த உதவிகளுக்குப் பிரதியாக அண்டை தேசத்துடன் ஒரு நீடித்த நல்லுறவுக்கும் வர்த்தக உறவுகளுக்கும் வாய்ப்பிருக்காது? அது போதுமென்று பாகிஸ்தான் நினைத்தது.

ஆப்கன் யுத்தத்தில், சோவியத் யூனியன் தன் படைகளை வாபஸ் வாங்கிக்கொண்டு திரும்பிப் போனது என்பது தவிர வேறெதுவும் நடக்கவில்லை. சோவியத் போனபிறகு என்னக்கென்ன வேலை? அமெரிக்காவும் போய்விட்டது. பாகிஸ்தானுக்குத்தான் தர்மசங்கடம். சொந்தச் சகோதரர்கள் துன்பத்தில் சாதல் கண்டு சிந்தை இரங்காமல் இருந்துவிட முடியாது. நல்லது. இது ஒரு வாய்ப்பு. இப்போது அமெரிக்கா இல்லை. தான் மட்டும்தான். யுத்தத்துக்குப் பிறகு பிரதிமாதம் முதல் வெள்ளிக்கிழமை அங்கே ஒரு ஆட்சிக்கவிழ்ப்பு நடவடிக்கை அரங்கேறுகிறது. அரசியல் ஸ்திரத்தன்மை என்றால் அயோக்கிய ராஸ்கோலு என்று அர்த்தம் சொல்கிறார்கள். ஒரு முயற்சி செய்து பார்க்கலாம். தன் ஊக்குவிப்பில், தன் போஷாக்கில் வளர்ந்த குழு ஒன்று அங்கே ஆட்சியைப் பிடிக்குமானால் தனக்கு அது பல விதங்களிலும் சௌகரியமாக இருக்கும்.

அப்படி நினைத்துத்தான் தாலிபன்களை உருவாக்கத் தொடங்கியது பாகிஸ்தான்.

அவர்கள் புதுமுகமில்லை. முந்தைய ஆப்கன் யுத்தத்தில் பல்வேறு குழுக்களில் இடம்பெற்றுப் போர் புரிந்தவர்கள்தாம். முஹம்மது ஓமர் பிறந்து வளர்ந்து ஆயுதம் பிடித்தது ஹர்க்கத் ஏ இன்குலாப் ஏ இஸ்லாமி என்கிற குழுவில். அவருக்குத் தோள்கொடுக்கக் கூடவரும் ஒன்பது பேர்களும் பல்வேறு குழுக்களில் இருந்து போரிட்டவர்கள். ஆயுதப் பரிச்சயம் உண்டு. ஆளும் வேட்கை அதைவிட உண்டு.

அது பேனசிர் புட்டோ ஆண்டுகொண்டிருந்த காலம். முஷாரஃப் அப்போது மேஜர் ஜெனரலாக இருந்தார். ஐ.எஸ்.ஐயின் தலைமையில் நடைபெற்றுக்கொண்டிருந்த தாலிபன் வளர்ப்பு முகாம்களுக்கு அடிக்கடி போய்ப்பார்க்கவேண்டிய பொறுப்பு அவருக்கு இருந்தது. ஓமரை அவர் நேரில் சந்தித்திருக்கிறாரா என்பது பற்றிய ஆதாரங்கள் ஏதுமில்லை. ஆனால் தாலிபன் இயக்கத்தில் பலபேரை அவருக்குத் தெரியும். பார்த்ததும் சல்யூட் வைக்கிற நெருக்கம். பாசம் மிக்க பக்தூன்கள்.

அதுதான் அல்லது அதுவும்தான் பிரச்னை. இனத்தால் பாகிஸ்தானின் வடமேற்கு எல்லைப்புற மாகாணத்து மக்களுக்கு தாலிபன்கள் மிகவும் நெருக்கம். வேற்று தேசத்துக்காரர்களாக நினைக்கவே முடியாது. நீயும் பக்தூன். நானும் பக்தூன். நினைத்துப் பார்த்தால் எல்லாம் பக்தூன்.

வேறு யார் எதை நினைத்துக்கொண்டிருக்கிறார்கள்? தாலிபன் களுக்கு பாகிஸ்தான் அளித்த ஆதரவும் ஊக்குவிப்பும் அவர்களை 1996ல் காபூலைப் பிடித்து ஆட்சியமைக்கச் செய்துவிட்டது. பரம சந்தோஷத்துடன் பாகிஸ்தான் அங்கே போய்த் தனது தூதரகத்தைத் திறந்தது. (தூதரக உறவு கொண்ட இன்னொரு தேசம் இரான்.)

ஆனால் தாலிபன்கள் சொன்ன இஸ்லாம், உலக இஸ்லாமியர்கள் பின்பற்றும் இஸ்லாத்திலிருந்து பெரிதும் வேறுபட்டிருந்தது. அது அடிப்படைவாதம் இல்லை. அடிக்கிறவாதம். உதைக்கிற வாதம். எதிரிகள் என்று நினைத்துவிட்டால் நட்டநடுவீதியில் கொன்று மரக்கிளையில் தொங்கவிட்டு வதைக்கிற வாதம். பெண்களின் அடிப்படை உரிமைகள் அனைத்தையும் சிதைக்கிறவாதம். மனித உரிமைகளை மறக்காமல் எடுத்துப் புதைக்கிறவாதம். அன்பைச் சொன்ன புத்தரின் பாமியான் பிரதிகள் இரண்டைத் தகர்க்கிறவாதம்.

உலகம் அதிர்ந்தது. சக இஸ்லாமிய தேசங்களே வியப்பில் வாய்பிளந்தன. இதென்ன பேயாட்சி? கேட்காதவர்கள் இல்லை. தெற்கு ஆப்கனிஸ்தானில் கந்தஹாருக்கு அருகே 'நொதே' (Nodeh) என்ற கிராமத்தில் 'ஹோடக்' என்னும் ஆதிவாசிக் குழுவில் பக்தூன் இனத்தில் பிறந்த முஹம்மது ஓமர், எதற்கும், யார் கேட்ட கேள்விக்கும், வைத்த குற்றச்சாட்டுகளுக்கும் பதில் சொல்லவில்லை. அவரது ஒரு புகைப்படம் கூட மீடியாவுக்குக் கிடைக்கவில்லை. என்றோ, யாரோ எடுத்த (அல்லது அப்படி நம்பப்படுகிற) ஒரே ஒரு பழைய அவுட் ஆஃப் ஃபோக்கஸ் படம்தான். அது ஓமர்தானா? சந்தேகம்தான்.

ஆனால் சிலர் அவரைச் சந்தித்திருக்கிறார்கள். ஆப்கனுடன் தூதரக உறவு கொள்ளுங்கள்; அதன்மூலம் தாலிபன்களுடன் பேசி, திருத்த வாய்ப்பு இருக்கும் என்று பர்வேஸ் முஷாரஃப் பல சந்தர்ப்பங்களில்

பல தேசங்களிடம் கேட்டிருக்கிறார். விளைவுகள் ஏதுமில்லை. 1998ல் பாகிஸ்தானின் ஐ.எஸ்.ஐ. இயக்குநரும் சவூதி அரேபியாவின் இளவரசர் தாரிக் அல் ஃபைசலும் பெரும் முயற்சி எடுத்து ஓமரை ஒருமுறை சந்தித்துப் பேசினார்கள். பாமியான் சிலைகளை உடைக்காதீர்கள். பாவம் புத்தர். விட்டுவிடலாம்.

முல்லா கேட்கவில்லை. தயவுசெய்து நீங்கள் போய்விடுங்கள்; விருந்தினர்களாக வந்திருப்பதால் போக அனுமதிக்கிறேன். இல்லாவிட்டால் நடப்பது வேறு என்று சொல்லிவிட்டார்.

யார் கேட்பது? 1996 மே மாதம் சூடானிலிருந்து ஒசாமா பின்லேடன் ஆப்கனிஸ்தான் வந்தார். இறங்கிய இடம் ஜலாலாபாத். ஓமரின் இரண்டாவது கோட்டை. பழைய சிநேகிதம். சோவியத் யுத்த காலத்தில் உண்டான பழக்கம், நெருக்கம். பேனசிர் புட்டோ 1988ல் பாகிஸ்தானின் பிரதமர் ஆகாதிருந்திருந்தால் ஒசாமா சூடானுக்குப் போகவேண்டி நேர்ந்திருக்காது. பாகிஸ்தான் - ஆப்கனிஸ்தான் எல்லைதான் அவரது சௌகரியம். மலைகளும் மலை சார்ந்த இடங்களும். குகைகளும் குளிர் மேவிய குன்றுகளும். படைகளும் பலம் சார்ந்த பயிற்சிகளும். அதுநாள்வரை இருந்த பாகிஸ்தான் ஆட்சியாளர்களின் இயல்புக்கு விரோதமாக பேனசிர் அங்கே அல் காயிதாவின் முகாம்களைக் குறிவைத்து அழிக்கும் முயற்சியில் இறங்கினார். தடுப்பு, தவிர்ப்பு நடவடிக்கைகள் எதுவும் பலிக்கவில்லை. கூட்டத்துடன் மூட்டை கட்டியாகிவிட்டது. சூடான். அங்கே அதிபர் ஹஸன் அல் துராபி இருக்கிறார். அடிப்படைவாதிகளின் ஆராதகர். ஒசாமாவின் ஒளிவுமறைவற்ற ரசிகர். ஒதுங்க ஒரு நிழல் போதும் என்று ஓடிப்போனதுதான். திரும்பி வரும் வேளையை ஓமர் உருவாக்கிக்கொடுத்தார்.

ஓமர்பாணி அடிப்படைவாத இஸ்லாம் ஏதோ ஒரு புள்ளியில் ஒசாமாவைக் கவர்ந்ததன் விளைவாகவே இருவருக்குமான நட்பு சாத்தியமானது. அது க்ளோசப்பின் நேசப்பிணைப்பு. நீங்கள் எதற்கு சூடானில் இருக்கவேண்டும்? ஆப்கனுக்கு வாருங்கள். நான் உங்களுக்குப் பாதுகாப்பு வளையம் தருகிறேன் என்று அழைத்தது ஓமர். வந்த இடத்தில் உட்கார்ந்து யோசித்து செய்த காரியம்தான் அமெரிக்க வர்த்தக மையத் தகர்ப்பு.

○

தலையைப் பிய்த்துக்கொண்டிருந்தார் முஷாரஃப். இப்படியொரு நெருக்கடி உலகில் வேறு எந்த அதிபருக்கும் வரவோ வந்திருக்கவோ வாய்ப்பில்லை. ஆட்சிக்கு வந்த நாளாகத் தலையில் தூக்கிவைத்து ஆடிக்கொண்டிருந்த மக்கள் திடீரென்று வீதியில் இறங்கிக் கொடிபிடிப்பார்கள் என்று அவர் எதிர்பார்க்கவில்லை. எதிர்ப்பு இருக்கும். அது அடிப்படைவாதிகளிடமிருந்து மட்டுமே. முறைப்பு இருக்கும். அது அரசியல்வாதிகளிடம் மட்டுமே. சராசரி மக்களுக்குக் கண்டிப்பாக இஸ்லாத்துக்கும் பயங்கரவாத இஸ்லாத்துக்கும் வித்தியாசம் புரியும். அப்படித்தான் அவர் நினைத்தார். தவிரவும் ஒரு முன்னேறும் தேசமாகப் பாகிஸ்தானை முன்னிறுத்துவதில் தான் ஆற்றிக்கொண்டிருக்கும் பணிகள் குறித்த பெருமிதம் அவருக்கு இருந்தது. பல சர்வதேச நிறுவனங்கள் பாகிஸ்தானுக்கு வந்து கடைவிரிக்க சம்மதம் சொல்லியிருக்கின்றன. ஒழிக்க முடியாவிட்டாலும் அடுத்த சில வருடங்களில் தேசத்தின் வறுமையை ஒடுக்கிவிடவாவது முடியும் என்று அவர் எண்ணியிருந்தார். வர்த்தகம் சூடுபிடித்திருந்த நேரம் அது. கடல் வழி மற்றும் தரைவழி வர்த்தகங்கள். அதுகாறும் நஷ்டக்கணக்கு மட்டுமே காட்டிவந்த ஏற்றுமதித் துறை அந்த வருடம்தான் முதல்முதலாக லாபம் என்று ஓர் எண்ணைச் சுட்டிக்காட்டியிருந்தது.

ஆனால் எல்லாம் வீண் என்று எண்ணுகிற அளவுக்கு நிலைமை மோசமாகிக்கொண்டிருந்தது. ஒவ்வொரு மசூதியும் அதனைச் சார்ந்த மக்களும் அதிபருக்கு எதிராகக் குரல் கொடுக்க ஆரம்பித்தார்கள்.

வெட்கம், வெட்கம். ஆப்கனிஸ்தானில் அமெரிக்கா யுத்தம் புரிய வந்திருக்கிறது. ஆப்கானியர்கள் யார்? நமது சகோதரர்கள். முடிந்தால் அவர்களுக்கு உதவவேண்டும். இல்லையா? வாயைப் பொத்திக்கொண்டு சும்மா கிடந்தாலும் தேவலை. கேவலம், அமெரிக்காவுக்கு வால் பிடிக்க முடிவு செய்துவிட்டதே அரசாங்கம்? லிட்டர் லிட்டராக பினாயில் ஊற்றிக் கழுவினாலும் போகாத அவமானக் கறையல்லவா இது? தாலிபன்களுக்கு பெட்ரோல் சப்ளையை நிறுத்திவிட்டார்களாம். அநியாயத்தைப் பாருங்கள். அமெரிக்கப் போர் விமானங்கள் நமது விமான நிலையங்களில் வந்து இறங்கி, தன் வீட்டுச் சொத்து போல் பேரல் பேரலாக

நிரப்பிக்கொண்டு போகின்றன? எதற்கு? ஆப்கன்மீது குண்டு வீச. அமெரிக்கப் படைகளுக்கு ஐ.எஸ்.ஐ. ஆள் காட்டும் வேலையைத் தொடங்கியிருக்கிறதாமே?

கேவலம். இதைவிடப் பெரிய கேவலம் வேறென்ன? நேற்றைக்கு வரை மடியில் போட்டுத் தாலாட்டிய களவாணிகள் இவர்களே அல்லவா? நமது சகோதரர்கள், நமது சகோதரர்கள் என்று மூச்சுக்கு முன்னூறு முறை சொல்லிக்கொண்டிருந்ததும் வேறு யார்? லாரி லாரியாக ஆயுதங்கள். மூட்டை மூட்டையாகப் பணம். கொட்டிக்கொடுத்து அனுப்பிவிட்டு இப்போது குத்துகிறது, குடைகிறது என்று மாய்மாலம் செய்கிறார்கள். ம்ஹூம். இது சரிப்படாது. முஷாரஃப் முர்தாபாத். பாகிஸ்தான் ஜிந்தாபாத்.

விளைவுகள் மிகவும் பயங்கரமாக இருந்தன. பாகிஸ்தானில் ஒரு தேவாலயத்தில் பிரார்த்தனையில் இருந்த பொதுமக்கள் (சிறுபான்மையினர்) அனைவரையும் ஒரு குண்டுவீச்சில் மொத்தமாகக் கொன்றது ஒரு கூட்டம். அமெரிக்கா கிறிஸ்தவ நாடு. பாகிஸ்தான் கிறிஸ்தவர்களை ஒழித்துவிடு. மர்ரி என்ற பகுதியில் இதேபோல் ஒரு கிறிஸ்தவப் பள்ளிக்கூடத்தின்மீதும் தாக்குதல் நடத்தப்பட்டது. தாக்சிலாவில் ஒரு கிறிஸ்தவ மெஷினரி மருத்துவமனை. கூட்டு ராணுவ நடவடிக்கைகளுக்காக வந்து கூடாரமிட்டிருந்த பிரெஞ்சுக் கடற்படை முகாமுக்கு ஒரு குண்டு. கராச்சி அமெரிக்க தூதரகத்துக்கு இன்னொரு குண்டு. எல்லாவற்றுக்கும் சிகரம், அமெரிக்கப் பத்திரிகையாளர் டானியல் பர்லைக் கடத்திச் சென்று படுகொலை.

யார் செய்தார்கள்? தெரியாது. தீவிரவாதிகள் என்று முஷாரஃப் சொன்னார். இல்லை, தேசபக்தர்கள் என்று பாகிஸ்தானியர்கள் சொன்னார்கள். இசைத்தட்டின் இன்னொரு பக்கம். நேற்றைய என் பாடல், இன்று உன்னுடையதாகிறது.

முஷாரஃப் கலங்கிப் போனார்.

'நதீம் உங்களுக்குப் புரிகிறதா? இந்த வேளையில் நம்மால் வேறென்ன முடிவு எடுத்திருக்க முடியும்? அமெரிக்காவைப் பகைத்துக்கொண்டு ஆப்கன் ஜிஹாதிகளை ஆதரிப்பது

சர்வமுட்டாள்த்தனம் அல்லவா? அங்கே போடுகிற குண்டுகளில் சிலவற்றை அமெரிக்கா இங்கே போட முடிவு செய்தால் நாம் பிழைப்போமா? அதுதானா மக்கள் எதிர்பார்க்கிறார்கள்?'

அவர் பேசாதிருந்தார்.

'இன்றைக்கு வரை பாகிஸ்தான் அமெரிக்காவின் நிதியுதவியில்தான் பிழைக்கிறது. ஆப்கன் யுத்தத்தில் நாம் அவர்களுக்கு எதிரான நிலைபாடு எடுத்தால் அடுத்தவேளை சாப்பாடு என்னாகும் என்று யோசிக்கவேண்டாமா?'

மீண்டும் மௌனம். ஆகவே சம்மதம்.

'நாம் தீவிரவாதிகளைஸ்பான்சர் செய்திருக்கிறோம். மறுக்கவில்லை. இதே ஒசாமா பின்லேடனுக்கும் முல்லா ஓமருக்கும் பாகிஸ்தான் இரண்டாவது தாயகமாக இருந்திருக்கிறது. சந்தேகமே இல்லை. இப்போதும் இங்கே அவர்களுடைய முகாம்கள் இருக்கத்தான் செய்கின்றன. மறுக்கமாட்டேன். அவர்கள் நம் விருந்தாளிகளாகக் காலம் காலமாக இருந்திருக்கிறார்கள்தான். ஆனால் நம் வயிற்றுக் கஞ்சிக்குப் பிரச்னை வரும்போது விருந்தினர் டிபன் குறித்து எப்படி யோசித்துக்கொண்டிருக்க முடியும்?'

'புரிகிறது ஐயா. ஆனால் மதரஸாக்களை நடத்துபவர்களை நாம் பேசிப் புரியவைக்க முடியாது. அடிப்படைவாதம் அவர்களுடைய ரத்தத்தில் ஊறியது. தவிரவும் இன்றைக்கு நாம் பேசுகிற நியாயம் நேற்றுவரை எங்கே இருந்தது என்று கேட்பார்கள். பொறுக்கியாக இருந்தாலும் பெற்ற பிள்ளையை உதறிவிட எந்தத் தாயும் விரும்பமாட்டாள் என்கிற லாஜிக்தான் இங்கேயும். தாலிபன்களைப் பொறுத்தவரை நாம் தாய் ஸ்தானத்தில் இருக்கிறோம். தேங்ஸ் டு மேடம் பேனசிர் புட்டோ.'

முஷாரஃப் ஒரு நீண்ட பெருமூச்சு விட்டார். என் பக்கம் அல்லது எதிரியின் பக்கம். கச்சிதமான சொற்றொடர். சூழ்நிலையின் நிர்ப்பந்தம் கருதி அவர் அமெரிக்காவின் பக்கம் இருப்பதென்று அப்போது முடிவு செய்திருந்தார். அதற்கான விலையையும் கணிசமாகக் கொடுக்கத் தொடங்கியாகிவிட்டது.

இனி பின் வாங்க முடியாது. பாகிஸ்தானின் அத்தனை குறைகளையும் குற்றங்களையும் அமெரிக்கா தாற்காலிகமாக மன்னித்திருக்கிறது. அமெரிக்கா மன்னித்துவிட்டதால் அதன் தோழமை தேசங்கள் அனைத்தும் மன்னித்துவிட்டன. உதவிகள் தடங்கலின்றி வருகின்றன. உலக அரங்கில் தீவிரவாதத்துக்கு எதிரான தேசம் என்கிற பெயர் கிடைத்திருக்கிறது. இதையெல்லாம்விடப் பெரிய விஷயம் ஒன்றுண்டு.

காஷ்மீர்.

ஆப்கன் யுத்தத்தில் பாகிஸ்தான் அமெரிக்காவுக்கு எதிரான அல்லது இரண்டுக்கும் பொதுவானதொரு வாழைப்பழ நிலை எடுத்திருக்குமானால் அமெரிக்கா வைத்திருக்கக்கூடிய முதல் செக் காஷ்மீராகத்தான் இருக்கும் என்று முஷாரஃப் மிகத் தீவிரமாக நம்பினார். பனிப்போர் காலத்தில் பாகிஸ்தான் நட்புநாடு. இந்தியா எதிரி நாடு. சோவியத் ஆதரவு உள்ள நாடு. அப்போதைய சூழல் வேறு. காலம் மாறுகிறது. இந்தியா வளர்கிறது. சீனாவுக்கு அடுத்தபடி திரும்பிப் பார்க்கவைக்கிற ஆசிய தேசம். வல்லரசாகும் அத்தனை நவீன இலக்கணங்களுக்கும் பொருந்துகிற ஜாதகம். ஜனநாயகம். திறந்த பொருளாதாரம். உட்பூசல்கள் இருந்தாலும் ராணுவம் தலையிடவேண்டிய அவசியமில்லாத அரசாங்கங்கள். புதிய நூற்றாண்டில் யாரும் புறக்கணிக்கமுடியாத சாதனைகள் இந்தியாவிலிருந்து செய்யப்படும் என்று ஹைடெக் சோதிடர்கள் அடித்துச் சொல்கிறார்கள்.

அமெரிக்காவுக்குத் தெரியாதா? காஷ்மீர் விஷயத்தில் இந்தியாவுக்குச் சாதகமாக ஒருவார்த்தை உதிர்த்துவிட்டால் போதுமே? அதன்பின் பாகிஸ்தானில் அரசியல் செய்ய முடியாது. அதுகாறும் அங்கே அரசியல் பிழைத்தோர்க்கு அறமல்ல; ஆயுதமே கூற்றாகும்.

இதையெல்லாமும் உத்தேசித்துத்தான் முஷாரஃப் அப்படியொரு முடிவெடுத்தார். தீவிரவாதத்துக்கு எதிரான உலகு தழுவிய அமெரிக்க யுத்தத்தில் அமெரிக்காவின் பக்கம் பாகிஸ்தான் நிற்கும்.

ஏன் யாருக்கும் புரியவில்லை?

அவர் மிகவும் சோர்ந்துபோனார். ஆனால் தளர்ந்து அமர்ந்துவிடக் கூடிய தருணமில்லை. புறப்பட்டாகிவிட்டது. இனி திரும்பிப் பார்க்க விரும்புவதுகூடத் தவறு. போய்க்கொண்டே இருக்க வேண்டியதுதான். மேலே, இன்னும் மேலே, மேலும் மேலே.

பாகிஸ்தானில் உள்ள அத்தனை தீவிரவாத இயக்கங்களுக்கும் செக் வைப்பது என்று முஷாரஃப் முடிவு செய்தது இதற்குப் பிறகுதான்.

அவர்களும் முடிவு செய்தார்கள். இனி யோசித்துப் பயனில்லை. முஷாரஃபைத் தீர்த்துவிடலாம்.

6. சொல்லாமல் ஓடிப்போ!

'சேபா, இன்றைக்கு என் வாழ்வின் மிக முக்கியமான நாள்!' என்றார் முஷாரஃப்.

அவர் பாகிஸ்தானின் ஆட்சி அதிகாரத்தைக் கையில் எடுத்துக்கொண்ட தினம் தொடங்கி ஒவ்வொரு நாளுமே அப்படிப்பட்டதாகத்தான் அவருடைய மனைவிக்குத் தெரிந்தது. ராணுவம் பரவாயில்லை. எப்போதும் ஆபத்து என்று சொன்னாலும் எப்படியும் ஆபத்தின்றி மீண்டுவிட முடிகிறது. போர்க்களங்கள் கூடப் பழகிவிட்டன. சியாச்சினில் இருந்தால்கூட டெலிபோனில் பேசிவிடமுடியும். ஆனால், தலைநகரில் - அதிபர் மாளிகையில், இங்கே அலுவலகம் அங்கே வீடு என்ற நெருக்கத்தில் இருந்தாலும் ஒரு வார்த்தை பேசிப் பல தினங்கள் ஆகிவிட்ட உணர்வே எப்போதும் மிச்சமிருக்கிறது.

சூழலின் இறுக்கம் தளரவேண்டும். அவர் மென்மையாக ஒரு புன்னகை செய்தார். சொல்லுங்கள். என்ன விஷயம்?

'முதல்முறையாக இன்றைக்கு இஸ்லாத்தின் பெயரால் நிகழ்த்தப் படும் தீவிரவாத நடவடிக்கைகளைக் கண்டித்து வெளிப்படையாகப் பேசப்போகிறேன்.'

'கடவுள் உங்களுக்குத் துணை இருப்பார்.'

'இருந்தாகவேண்டும் சேபா. தேசம் இருக்கும் நிலையில் எனக்கு இதனைச் செய்யாமல் இருக்கமுடியாது என்றுதான் தோன்றுகிறது. புலியின் வாலைப் பிடித்துவிட்டேன். ஒன்று நான் ஓய்ந்து விழவேண்டும். அல்லது புலி துவண்டு விழவேண்டும். இரண்டில் ஒன்றுதான். புலி என்னைத் தின்னவிடக்கூடாது.'

அவர் பதிலேதும் பேசவில்லை. இனிப் பேசிப் பயனும் இல்லை. வளரும் தேசமாகப் பாகிஸ்தானை யாரும் ஒப்புக்கொள்ளாதுபோனாலும் மிகக்குறுகியகாலத்தில் மிகப்பெரிய புகழ்பெற்ற அதிபராகியிருக்கிற கணவர். சொல்லமுடியாது. அவரது கனவு போலவே பாகிஸ்தானை வளர்ச்சிப்பாதைக்கு அழைத்துப் போகிற பணி அவருடையதாகவே தீர்மானிக்கப்பட்டிருக்கலாம். இறைவன் அலகிலா விளையாட்டுடையோன். பெரிய சிக்கல்கள் ஏதும் வந்துவிடாமல் இருக்கவேண்டும்.

விடைகொடுத்தார்.

அன்றைக்குத் தேதி 12. ஜனவரி மாதம். 2002ம் வருடம். சரித்திரப் பிரசித்தி பெற்ற முஷாரஃபின் பிரகடனம் உலகத்தின் காதில் விழுந்த தினம். தீவிரவாதத்தை அதன் எல்லா வடிவங்களிலும் எதிர்க்கிறேன். பாகிஸ்தானுக்குள் நடக்கும் அத்தனை தீவிரவாதச் செயல்களையும் இரும்புக்கரம் கொண்டு ஒடுக்க முடிவு செய்திருக்கிறேன். மதரஸாக்களுக்கும் மசூதிகளுக்கும் இனி வெளிநாடுகளிலிருந்து பணம் வருவது தடை செய்யப்படுகிறது. உள்ளூரில் நிதியளிப்போரும் கவனிக்கப்படுவார்கள். மதப்பாடம் போதும். அங்கு படிப்போருக்கு கம்ப்யூட்டர் அறிவியல் கற்றுத்தாருங்கள். என்னால் முடிந்ததை நான் செய்கிறேன். உங்களால் முடிந்ததை நீங்கள் செய்யுங்கள். இன்னொரு விஷயம். இனி மதப்பாடம் படிக்கிறேன் பேர்வழியென்று யாரும் வெளி நாடுகளிலிருந்து புறப்பட்டு பாகிஸ்தான் வரவேண்டாம். அனுமதி இல்லை. நாம் வளர்ந்தாக வேண்டும். மதத்தின் பேரைச் சொல்லிக்கொண்டு இனியும் பழைய நூற்றாண்டுகளுக்குப் பயணம் மேற்கொண்டிருக்க முடியாது. உலகத்துடன் போட்டிபோடவேண்டுமானால் நம் காலடிகள் முன்னோக்கிச் செல்லவேண்டும். துரதிருஷ்டவசமாக நாம் வருடம் ஓரடி பின்னால் போய்க்கொண்டிருக்கிறோம்.

அதிர்ந்துபோனது பாகிஸ்தான் அடிப்படைவாதிகள் சமூகம். ஒழித்தே தீரவேண்டியவர்கள் பட்டியலில் இருந்த அனைவரையும் பின்னால் தள்ளிவிட்டு முஷாரஃபின் பெயரை முதலில் எழுதினார்கள். குண்டுகள் அன்று தொடங்கி அங்கே வெடிக்க ஆரம்பித்தன. தீவிரமாக. மிகத் தீவிரமாக. மிகமிக அதிக அளவில்; ஆக்ரோஷமாக. அதுநாள்வரை ஒருவரை ஒருவர் தெரிந்திருந்தாலும் அவ்வளவாக நெருக்கம் பேணாத பாகிஸ்தான் தீவிரவாத இயக்கங்கள் அனைத்தும் முஷாரஃபைத் தீர்த்துக்கட்டும் பணியின் பொருட்டு நெருங்கிவரத் தொடங்கின. தத்தமது நெட் ஒர்க்கை அடுத்தவர் உபயோகத்துக்காக அளிக்கத் தொடங்கின. இதெல்லாம் சரித்திரத்தில் அதற்குமுன் கிடையாது. நிச்சயமாகக் கிடையாது. லஷ்கர் ஈ தொய்பாவும் ஜெய்ஷ் ஏ முஹம்மதுவும் பாகிஸ்தானில் நிலைகொண்டு காஷ்மீரில் தீவிரவாதம் வளர்க்கும் இயக்கங்கள்தான் என்றாலும் இரண்டுக்கும் தொடர்புகள் அதிகம் இருந்ததில்லை. அதே போலத்தான் ஜெய்ஷுக்கு அல் காயிதா தொடர்பு உண்டென்றாலும் தாலிபன்களுடன் நெருக்கமிருந்ததில்லை. இத்தகைய திரைகளெல்லாம் முஷாரஃபின் அந்த பகிரங்க அறிவிப்புக்குப் பிறகு இல்லாமல் ஆயின. எல்லோரும் ஒன்று. எல்லோருடைய நோக்கமும் ஒன்று. நாம் கலீஃபாக்களின் ஆட்சியை இங்கே திரும்பக் கொண்டுவரக் கனவு காண்கிறோம். இந்த மனிதர் நமது தேசத்தை அமெரிக்காவின் காலனியாக்கிவிடுவார் போலிருக்கிறது. கட்டுண்டோம். ஆனால் பொறுத்திருக்க மாட்டோம்.

மறுபுறம் முஷாரஃபும் மிகத் தீவிரமாகத் தான் சொன்னதைச் செயல்படுத்துவதில் இறங்கியிருந்தார். ஒரே வருடம். 689 தீவிரவாதிகளை பாகிஸ்தான் போலீசும் ராணுவமும் உளவுத்துறையும் கைது செய்தன. அதுநாள் வரை எங்கள் தேசத்தில் தீவிரவாதமே இல்லை என்று சொல்லிக்கொண்டிருந்தவர்கள்தான். அதனாலென்ன? கேட்பது அமெரிக்கா. சபதம் செய்திருப்பது முஷாரஃப். இப்போது பிடிக்கலாம். தப்பில்லை.

689 பேரில் பெரும்பாலானவர்கள் அல் காயிதாவுடனும் தாலிபன்களுடனும் தொடர்பு கொண்டவர்கள். வேறு வடிவில் சொல்வதென்றால், செப்டெம்பர் 11 சம்பவத்துடன் நேரடியாகவோ,

மறைமுகமாகவோ சம்பந்தப்பட்டவர்கள். அவர்களுள் 369 பேரை அமெரிக்காவிடம் ஒப்படைத்தது பாகிஸ்தான் அரசு.

தீவிரவாதிகள் தொடர்பான பாக். அரசின் கொள்கை என்னவென்றால், பிடிபட்டதும் சம்பந்தப்பட்ட குற்றவாளியின் தாய்நாட்டுக்கு விஷயத்தைத் தெரிவிப்பார்கள். தாய்நாடு தன் தவப்புதல்வனை ஏற்றுக்கொள்ளுமானால் சரி. இல்லை, எனக்கு வேண்டாம் என்று மறுத்துவிட்டால் உடனே அமெரிக்காவுக்கு அனுப்பிவிடுவது என்பது முடிவு.

பிடிபடும் அல் காயிதா- தாலிபன் தீவிரவாதிகளை அமெரிக்காவுக்கு அனுப்புவதில் பாகிஸ்தானுக்குச் சில லாபங்களும் இருந்தன. அவ்வப்போது ஒவ்வொருவர் தலைக்கும் இத்தனை லட்சம், இத்தனை கோடி என்று அமெரிக்க ராணுவமும் உளவுத்துறையும் ஏலம் விட்டுக்கொண்டல்லவா இருக்கிறது? ஆற்றில் போகிற தண்ணீர். ஐயா, நான் பிடித்துக் குடித்தால் உமக்கென்ன கசப்பு?

அல் காயிதாவுக்கு ஆள் சேர்க்கும் மாபெரும் பொறுப்பில் இருந்தவனான அபூ ஜுபைதா என்கிற பாலஸ்தீனியனை அப்படித்தான் பாகிஸ்தான் காவல் படை வளைத்துப் பிடித்தது. ஒன்றல்ல, இரண்டல்ல. ஐந்து மில்லியன் டாலர். ஒரே செக்காக அளித்தது சி.ஐ.ஏ. இந்த ருசி அவர்களுக்குப் புதிது. அடடே, தீவிரவாதத்துக்கு எதிரான யுத்தத்துக்கு யுத்தமும் ஆச்சு, வருமானத்துக்கு வருமானமும் ஆச்சே!

அடுத்தடுத்த வேட்டையில் ஒவ்வொரு முகாமாக அள்ளிக்கொண்டே போனார்கள். கிட்டத்தட்ட இருநூறு மில்லியன் டாலர் அளவுக்கு இத்தகைய 'பிடித்துக் கொடுத்த' பணிக்காக பாகிஸ்தான் அரசு அன்பளிப்பு பெற்றிருக்கிறது என்று ஒரு கணக்கு இருக்கிறது. ஊர்ஜிதப்படுத்த இயலாத கணக்கு. செப்டெம்பர் 11 சம்பவத்தின் கமாண்டர் என்று வருணிக்கப்படும் காலீத் ஷேக் முஹம்மதுவையும் அவனது கூட்டாளிகளையும் பிப்ரவரி 2003ல் சுற்றி வளைத்தபோது அமெரிக்க உளவுத்துறையின் அதிமுக்கியஸ்தர்கள் பாகிஸ்தானுக்கே வந்து பாராட்டிவிட்டுப் போனார்கள்.

முஷாரஃப் இந்தத் தொகை முழுதையும் ராணுவம் மற்றும் உளவுத்துறைக்கே அளித்தார். இதுவும் அடிப்படைவாதிகளின் கோபத்தைக்கிளறியது. விளைவாககராச்சியிலும்பலூசிஸ்தானிலும் பஞ்சாபிலும் ராணுவ கமாண்டர்களுக்கே அவர்கள் குண்டுவைக்கத் தொடங்கினார்கள். சிலர் தப்பித்தார்கள். சிலர் அகப்பட்டார்கள். எத்தனை வெட்டினாலும் முளைத்துக்கொண்டே இருக்கும் இந்த நவீன யுகத்து அசுரகுலத்துக்கு என்ன வைத்தியம் சரியாக இருக்கும்?

முஷாரஃப் யோசித்தார். அப்போது அவருக்கு அது தெரிந்திருக்க நியாயமில்லை. அடுத்த குண்டுகள் அவருக்கானவையாகவே இருந்தன.

○

டிசம்பர் 14, 2003. சதாம் உசேன் பிடிபட்டிருந்தார். செய்தித் தாள்களிலும் தொலைக்காட்சிகளிலும் வேறு செய்தி கிடையாது. *We got him.* இராக்குக்கான அமெரிக்காவின் தலைமை நிர்வாக அதிகாரி பால் ப்ரெமர் சந்தோஷக் கொப்பளிப்புடன் எல்லா சேனல்களிலும் சொல்லிக்கொண்டிருந்தார். செய்தியைக் கேட்டுவிட்டுத்தான் பர்வேஸ் முஷாரஃப் கராச்சியிலிருந்து இஸ்லாமாபாத்துக்குக் கிளம்பியிருந்தார்.

சக்காலா ஏர்ஃபோர்ஸ் விமானத் தளத்தில் இறங்கி, அங்கிருந்து ராவல்பிண்டியில் இருந்த தனது ராணுவ வீட்டுக்குப் போக காரில் ஏறினார். அருகே எப்போதும்போல் அவரது ராணுவச் செயலாளர் மேஜர் ஜெனரல் நதீம் தாஜ்.

'என்ன செய்தி நதீம்?'

'சதாம் பிடிபட்டார். தெரிந்திருக்கும். நடந்த போலோ மேட்சில் பாகிஸ்தான் இந்தியாவைத் தோற்கடித்திருக்கிறது.'

'சபாஷ்' என்றார் முஷாரஃப். சொல்லி முடித்த கணத்தில் ஒரு சத்தம் கேட்டது. வண்டிக்கு உள்ளேயா? வெளியேயா? ஒரு சிறு குலுக்கல். வினோதமான சத்தம். டயர் தேய்ந்து நிலை கொள்ளும் சத்தம் பின்னிணைப்பாக.

என்னவென்று பார்க்க முடியாத அளவுக்கு வெளியே புகை மண்டலம்.

'குண்டு வெடித்திருக்கிறது!'

ஒரு கணம். ஒரே கணம். ராட்சசப் பாய்ச்சலில் அதிபரின் வாகனம் விரையத் தொடங்கியது.

அது ஒரு பாலம். இரும்புப் பாலம். பாலத்துக்கு அந்தப்பக்கம் முஷாரஃபின் வீடு. சரியாக நடுப்பாலத்தில் வைத்திருந்தார்கள். முஷாரஃபின் மெர்சிடிஸ் பென்ஸ் அந்த இடத்தைக் கடக்கச் சரியாக ஒரு நிமிடம் முன்னால் வெடித்துவிட்டது. கணக்கில் பிசகு.

கணப்பொழுதில் அந்த இடம் பரபரப்பாகிவிட்டது.

'சார், நீங்கள் வெளியே வராதீர்கள். நாங்கள் பார்த்துக்கொள்கிறோம்' என்றார்கள் அவரை வீட்டில் இறக்கிவிட்ட சக ராணுவ அதிகாரிகள். முஷாரஃப் பதில் சொல்லவில்லை. வேகமாக உள்ளே போனார். மனைவி இருந்தார். தாயார் இருந்தார். என்ன சொல்வது? எப்படிச் சொல்வது?

ஒரு கணம் யோசித்தார். மனைவியை மட்டும் அழைத்தார். 'இதோ பார். என் உயிருக்கு எந்த ஆபத்தும் இல்லை. ஆனால் ஒரு குண்டு வெடிப்பிலிருந்து தப்பித்திருக்கிறேன்.'

'ஐயோ' என்றார் அவர். 'கேட்ட சத்தம் அதுதானா!'

'ஆமாம். ஆனால் விஷயத்தைப் பெரிதுபடுத்தாதே. அம்மா பயந்துவிடுவார். வெளியே என்ன நடக்கிறது என்று நான் போய்ப் பார்த்துவிட்டு வருகிறேன். நீ இங்கேயே இரு.'

புகையும் தூசும் இரும்புத் துண்டுகளுமாக அந்தப் பாலம் இருந்த இடம் பாதாளமாக இருந்தது. ராணுவ வாகனங்களும் உள்ளூர் போலீஸ் வாகனங்களும் மோப்ப நாய்களும் அதிகாரிகளும் சூழ்ந்திருந்தார்கள். மேலும் பொதுமக்கள்.

மிகப்பெரிய அதிர்ச்சி. இதுதான். இவ்வளவுதான். நெருங்கி விட்டார்கள் என்பது முஷாரஃபுக்குத் தெரிந்துவிட்டது. அடுத்தத்

தாக்குதல் எப்போது வேண்டுமானாலும் நிகழலாம். தவிர்க்க முடியாது. நியூட்டன் பெரிய மேதை. ஒவ்வொரு செயலுக்கும் எதிர்ச்செயல் கண்டிப்பாக உண்டு என்று எடுத்துச் சொன்ன பரமபுருஷன். நல்லது என் நண்பர்களே, நான் தயாராகிவிட்டேன். இனி எப்போதும் பின்வாங்கப் போவதில்லை.

புலன் விசாரணையை அந்தக் கணமே தன் சக ராணுவ அதிகாரி அஸ்லம் பர்வேஸ் கியானியிடம் (தற்போதைய பாகிஸ்தான் தலைமைத் தளபதி) விட்டுவிட்டு அன்று மாலையே மனைவியைக் கூப்பிட்டுக்கொண்டு இஸ்லாமாபாத்தில் ஒரு நட்சத்திர ஹோட்டலில் நடைபெற்ற திருமண வரவேற்பு நிகழ்ச்சி ஒன்றில் கலந்துகொள்ளச் சென்றார் முஷாரஃப்.

'உங்களுக்கு அசாத்தியமான துணிச்சல்!'

சிரித்தார். 'இல்லை சேபா! இப்படிப்பட்ட சம்பவங்களுக்கு பயந்து பதுங்கவேண்டுமென்றால் இனி நான் வீட்டைவிட்டு என் இறுதிக்காலம் வரை வெளியே வரவேகூடாது!'

○

ஒருவாரம் கூட ஆகவில்லை. 25ம் தேதி. கிறிஸ்துமஸ் தினம். விடுமுறை. இஸ்லாமாபாத்தில் ஒரு கூட்டத்தில் கலந்துகொண்டு விட்டு மதியம் ஒருமணி வாக்கில் வீடு திரும்பிக்கொண்டிருந்தார்.

இம்முறை பாதுகாப்பு அதிகரிக்கப்பட்டிருந்தது. முன்னால் மூன்று கார்கள். பின்னால் இரண்டு கார்கள். குண்டு துளைக்காதவை. தவிரவும் மெஷின் கன் ஏந்திய காவலர்கள் அனைத்து வாகனங்களிலும் உண்டு. போக்குவரத்து மட்டுப்படுத்தப்பட்ட சாலைகள். அரை மணியில் வீட்டுக்குப் போய்விடலாம்.

வழியில் ஒரு திருப்பத்தில் - அங்கே ஒரு பெட்ரோல் பங்க் இருந்தது - ஒரு வேன் நின்றுகொண்டிருந்ததை முஷாரஃப் பார்த்தார். நிற்கக்கூடாத இடத்தில் நின்றுகொண்டிருந்த வாகனம். என்னவாக இருக்கும்?

யோசித்ததுதான் தெரியும். அதிர்ச்சி மீண்டபோது பிராந்தியமே புகைமண்டலமாகி விட்டிருந்தது. கொல்ல வந்த வாகனம் அது. குறி பிசகிவிட்டது. ஆனால் குண்டு வெடித்ததில் இம்முறை பல அப்பாவிப் பொதுமக்கள் இறந்துவிட்டார்கள். கை, கால் இழந்து துடித்தவர்களை மருத்துவமனைகளுக்கு அள்ளிப்போனார்கள்.

தப்பித்த முஷாரஃப் தன் டிரைவரிடம் வேகமாகப் போகச்சொல்லி உத்தரவிட்டார். அந்த மெர்சிடிஸ் பென்ஸ் தன் அதிகபட்ச வேகத்தில் இஸ்லாமாபாத் சாலைகளை விழுங்கி விரைந்துகொண்டிருந்தது. ஆனாலும் அடுத்த செக், அடுத்த பெட்ரோல் பங்கில் இருந்தது. அதே போலொரு வேன். அதே போல குண்டு வெடிப்பு. அதே போல மரணங்கள். அதே போல முஷாரஃப் மட்டுமே தப்பினார்.

கடவுளே! என்ன நடக்கிறது பாகிஸ்தானில்? நான் தப்பித்துக்கொண்டிருக்கிறேன் என்கிற ஒன்றைத்தவிர வேறெதுவும் புரியவில்லை. தேசம் முற்றிலுமாகத் தீவிரவாதிகளின் வசமாகிவிட்டதா? தினசரி பத்து இடங்களிலாவது வெடிக்கிறது. நூறு பேராவது இறக்கிறார்கள். மக்களுக்கு நான் என்ன பதில் சொல்லப்போகிறேன்?

தீவிரவாதத்துக்கு எதிரான எனது யுத்தம் எத்தனை யோக்கியமானது என்பதை என்மீதான கொலைமுயற்சிகள் உங்களுக்குக் காட்டியிருக்கும். எனக்கு ஒத்துழைப்புக் கொடுங்கள். தேசத்தை நாம் மீட்டாகவேண்டும்.

தொலைக்காட்சியில் அவர் பேசினார். மக்கள் பார்த்துக் கொண்டிருந்தார்கள். ஆனால் வெறுமனே.

O

‘மிஸ்டர் முஷாரஃப், லஷ்கர் ஈ தொய்பாவை அமெரிக்க அரசாங்கம் தடை செய்திருப்பது உங்களுக்குத் தெரியும் இல்லையா? இங்கிலாந்தும் அதனை ஆமோதித்து, தடையை பிரிட்டனிலும் அமுல்படுத்தியிருக்கிறது. நீங்கள் ஒருவேளை கவனிக்கவில்லை என்று நினைக்கிறேன்.’

ரிச்சர்ட் ஆர்மிடேஜ் பாகிஸ்தான் வந்திருந்தார். அல் காயிதா மற்றும் தாலிபன்களின் முகாம்களை பாகிஸ்தானில் ஒழிக்கிற பணியில் முஷாரஃப் மிகத் தீவிரமாக இருந்த சமயம். மிகவும் நல்லது. உங்கள் கவனத்தைக் கொஞ்சம் காஷ்மீர் இயக்கங்கள் மீதும் திருப்புகிறீர்களா? லஷ்கருக்கு அல் காயிதா தொடர்பு இருக்கிறது. ஜெய்ஷுக்கு இருக்கிறது. எல்லோருக்கும் இருக்கிறது. எப்படி எல்லோருடனும் உங்களுக்கு இருக்கிறதோ, அதே மாதிரி.

சொன்னது கொஞ்சம். புரியவைத்தது நிறைய. முஷாரஃப் யோசித்தார். அது இறுதிக்கல். தாண்டியாகவேண்டிய மைல்கல். அல் காயிதா முகாம்களை ஒழிப்பது கூடப் பெரிய விஷயமில்லை. காஷ்மீருக்காகப் போராடிக்கொண்டிருக்கும் இயக்கங்கள் மீது கைவைத்தால் கண்டிப்பாக அந்தக் கணம் தனது இறுதி தினங்கள் எண்ணப்பட்டுவிடும் என்பது அவருக்குத் தெரியும். ஆனாலும் வேறு வழியில்லை. ஆர்மிடேஜ் சொன்னால் அமெரிக்கா சொன்னது மாதிரி. அமெரிக்கா சொன்னால் ஆண்டவன் சொன்னது மாதிரி.

பாகிஸ்தான் சரித்திரத்தில் பர்வேஸ் முஷாரஃப் 2002ம் ஆண்டு இறுதியில்மேற்கொண்டஅந்தமுயற்சிகள்நிச்சயமாகஒருமைல்கல். முஸஃபராபாத், கில்கிட் பகுதிகளில் இருந்தபடிக்கு காஷ்மீரில் இயங்கிக்கொண்டிருந்த தீவிரவாத இயக்கங்கள் அனைத்துக்கும் தேதி குறிக்கப்பட்டது. செயல்பாட்டை நிறுத்துங்கள். எங்காவது சொல்லாமல் கொள்ளாமல் ஓடிப்போய்விடுங்கள். அல்லது பிடிபடுவீர்கள். இப்போதிருக்கும் சூழ்நிலையில் அரசாங்கத்தால் வேறு எதுவும் செய்யமுடியாது.

உளவுத்துறையின்மூலம் முதலில் ரகசியமாக அவர்களுக்குத் தகவல் அனுப்பப்பட்டது.

கொதித்துப் போனது லஷ்கர்.

என்ன நடக்கிறது பாகிஸ்தானில்? யாரை யார் கைது செய்கிறார்கள்? இந்த மண்ணின் மக்களை, நமது உரிமையான காஷ்மீரை மீட்கும் புனிதப் பணியில் ஈடுபட்டிருப்பவர்களை அமெரிக்காவின் கைக்கூலியான பர்வேஸ் முஷாரஃப் தடை செய்கிறார். அதன் கமாண்டர்களைக் கைது செய்ய ஆள் அனுப்புகிறார். பார்த்துக்

கொண்டு சும்மா இருக்கிறீர்களே, உங்களுக்கெல்லாம் வெட்கமாக இல்லை?

லஷ்கரின் சுப்ரீம் கமாண்டரான சைஃபுல்லா இஸ்லாமாபாத்தில் உள்ள அத்தனை பள்ளிவாசல்களுக்கும் விஜயம் செய்து முல்லாக்களிடம் பேசினார்.

'புரியவில்லை ஐயா. எங்களுக்கும் பிடிக்கவில்லை. தேசம் குட்டிச்சுவராகிக்கொண்டிருக்கிறது. நாம் நன்றாக ஏமாற்றப்பட்டோம். முஷாரஃப் தன் சொந்த லாபத்துக்காக பாகிஸ்தானை அமெரிக்காவிடம் அடகுவைத்துக்கொண்டிருக்கிறார்.'

'அவரை ஒழித்துவிட நாங்கள் முடிவு செய்திருக்கிறோம்.'

'நல்லது. அவசியம் செய்யவேண்டிய மங்களகரமான செயல். எங்கள் ஆதரவு நிச்சயம் உங்களுக்கு உண்டு.'

இன்னொரு பக்கம் ஜெய்ஷ் ஏ முஹம்மது தனது ஆப்கன் தொடர்புகளை உசுப்பிவிட்டு முஷாரஃபுக்கு எதிராகக் கலவரங்களை உருவாக்க வடமேற்கு எல்லைப்புற மாநிலத்தில் சில விதைகளை நட்டது.

'கிழக்கே நான் பார்த்துக்கொள்கிறேன். மேற்கே நீங்கள் கவனித்துக்கொள்ளுங்கள். தினசரி நடக்கிற கலாட்டாக்களில் அந்த மனிதரின் நிம்மதி முற்றிலும் தொலைந்துவிட வேண்டும். பாகிஸ்தானை விட்டே ஓடிவிட்டாலும் சரி. ஒழியட்டும் என்று விட்டுவிடலாம். ஆனால் இதற்குமேல் இவரைச் சகித்துக்கொண்டிருக்க முடியாது.'

அப்படியொரு தருணத்துக்காகத்தான் அடிபட்ட தாலிபன்களும் காத்திருந்தார்கள். ஆப்கனில் அமெரிக்கக் கூட்டு ராணுவ நடவடிக்கைகள் துரிதமடைந்திருந்த நேரம். தாலிபன்களை ஒழித்தாகிவிட்டது. ஹமீத் கர்சாய் அங்கே ஆட்சிக்கு வந்துவிட்டார். பாலும் தேனும் ஓடவேண்டியதுதான் பாக்கி. அதுவும் காலக்ரமத்தில் நடந்தேறிவிடும். ஆனால் ஓசாமா பின்லேடனும் முல்லா முஹம்மது ஓமரும் எங்கே?

அதைத்தான் அவர்கள் தேடிக்கொண்டிருந்தார்கள். கிடைத்த பாடில்லை. ஆப்கனில்தான் இருக்கிறார்கள் என்று சிலர் சொன்னார்கள். கந்தஹரை விட்டு வெளியேற வாய்ப்பே இல்லை என்று முஷாரஃபே சொன்னார். அதெல்லாம் வெறும் பேச்சு. அவர்கள் பாகிஸ்தான் எல்லையில் குனார் பிராந்தியத்தில் இருக்கிறார்கள் என்று வேறு சிலர் சொன்னார்கள்.

எதுவும் ஊர்ஜிதப்படுத்தமுடியாத தகவலே. உறுதியானது ஒன்றுதான். ஆப்கனிலிருந்து தப்பித்த தாலிபன்கள் பாகிஸ்தானுக்கு வந்துவிட்டிருந்தார்கள் என்பதுதான் அது. வடமேற்கு எல்லைப்புற மாகாணமெங்கும் அவர்களுக்கு அடைக்கலம் தர ஆயிரமாயிரம் பக்தூன்கள் எப்போதும் தயார். உயிரைக்கொடுத்துக் காப்பாற்றக்கூடிய உத்தமர்கள். படிப்பறிவு கிடையாது. சடாரென்று பீறிடும் கோபமும் போர்க்குணமும்தான் அவர்களது உடைமை. அதைத்தான் இப்போது பயன்படுத்திக்கொள்ள நினைத்தார்கள்.

அடைக்கலம் கொடுத்த பாகிஸ்தானியர்களுக்குத் தாலிபன்கள் செய்யக்கூடிய பதிலுதவி என்ன? நீங்கள் கிளர்ச்சிக்குத் தொடக்கம் அமையுங்கள். பக்தூன்கள் அதனை மேலெடுத்துச் செல்வார்கள். நாங்கள் உடனிருப்போம். என்ன செய்கிறார் முஷாரஃப் என்று பார்த்துவிடுவோம்.

தேசமெங்கும் கலவரங்கள் நடந்தன. குண்டுகள் வெடித்தன. அமைதி குழிதோண்டிப் புதைக்கப்பட்டது.

முஷாரஃப் கவலை கொண்டார். 2004 ம் வருடம் வந்துவிட்டிருந்தது. அதிபராக அவர் சபையின் நம்பிக்கை வாக்கெடுப்பில் வென்றாகவேண்டிய தருணம் அது. கண்மூடித் திறப்பதற்குள் நான்கு வருடங்களா ஓடிவிட்டன!

7. போகச் சொன்னால் போவேனா?

சில காரியங்கள் செய்யவேண்டியிருந்தது. ராஜதந்திரம் என்று அதற்குப்பெயர். அரசியல் ரீதியில் அப்படித்தான் சொல்லவேண்டும். கொச்சையாகவும் சொல்லலாம். அயோக்கியத்தனம். ஆனால் வேறு வழியில்லை. செய்துதான் தீரவேண்டும்.

தேசம் முழுதும் ஒரே குரலில் கேட்டது. ராணுவத் தளபதி பதவியை ராஜினாமா செய். செய்கிறேன், செய்கிறேன் என்கிறாயே, எப்போது? இன்றே, இங்கே இப்போதே செய். இல்லாது போனால் வெளியே போ. ஜனநாயகத்துக்காகப் பாடுபடுவதாகச் சொல்லிக்கொண்டு, அரசியல் சாசனத்துக்கு எதிராக நடந்துகொள்ளும் அதிபர் எங்களுக்கு வேண்டாம். ஒருவருக்கு ஒரு பதவி. இதுதான் சட்டம். இதுதான் விதி. மாற்ற முடியாதது. மாற்றக்கூடாதது. நீ ஜனநாயகம் பேசுவதென்றால் இதனைக் கடைபிடித்துக்கொண்டு பேசு. இல்லாவிட்டால் நடப்பது ராணுவ ஆட்சிதான், சர்வாதிகார ஆட்சிதான் என்பதை ஒப்புக்கொள். இப்போது உனக்கு முதுகு சொறியும் அமெரிக்கா அப்போது என்ன செய்கிறது என்று பார்க்கிறோம்.

இன்னார் அன்னார் என்றில்லை. எல்லோரும் கேட்டார்கள். எப்பப்பார் கேட்டார்கள். ஒரு கொடி கிடைத்துவிட்டால் போதும்.

பிடித்துக்கொண்டு புறப்பட்டுவிடுகிறார்கள். அரை பிளேட் பிரியாணிக்கு ஆயிரம் வழக்கறிஞர்கள் வந்துவிடுகிறார்கள். போடு ஒரு வழக்கு.

அலுப்பாக இருந்தது முஷாரஃபுக்கு. கண்டிப்பாக அவருக்கு அதில் இஷ்டமில்லை. ஒரு கம்பீரமான ராணுவத் தளபதியாக அவருக்கு இருந்த இமேஜ்தான் இதுநாள் வரை பாகிஸ்தானை வழிநடத்திச் செல்வதில் பேருதவி புரிந்திருக்கிறது என்று அவர் மனப்பூர்வமாக நம்பினார். தவிரவும் தன்னை ஒரு வெறும் சிவிலியன் அதிபராக அவரால் நினைத்துப் பார்க்கவே முடியவில்லை. அசுரனின் உயிர் ஏழு கடல் தாண்டி, ஏழு மலை தாண்டி எங்கோ ஒரு கானகத்து மரப்பொந்தில் ஒளித்துவைக்கப்பட்டிருக்கும் தேவதைக் கதைகள் பொய்யாக இருக்க வாய்ப்பில்லை. முஷாரஃபின் உயிர் அந்தப் பதவியில் இருந்தது. அது கொடுத்த கம்பீரத்தில் இருந்தது.

தவிரவும் தனது கட்டுக்குள் ராணுவம் இருக்கும் வரைதான் பாகிஸ்தானில் தன் செல்வாக்கு செல்லுபடியாகும் என்று அவர் தீர்மானமாக நம்பினார். பொதுவாக ராணுவம் கைவிட்ட அதிபர்கள் அங்கே தழைத்தோங்கியதாகச் சரித்திரம் இல்லை. புட்டோவின் வீழ்ச்சியை அவர் பக்கத்தில் இருந்து பார்த்திருக்கிறார். ஜியா உல் ஹக். ஆ! எத்தனை பெரிய ஓரங்க நாடகம்! முன்னோர் செய்ததுதான். தனக்கும் அப்படியொரு தருணம் வந்துவிடக் கூடாது. கூடவே கூடாது!

என்ன செய்யலாம் என்று யோசித்தார். ஒரு யோசனை தோன்றியது. சாட்சிக்காரர்களைவிட சண்டைக்காரர்கள் மேல். கூப்பிடு எதிர்க்கட்சிக்காரர்களை என்று சொன்னார்.

2001 செப்டெம்பருக்குப் பிறகு பாகிஸ்தான் எதிர்க்கட்சிகளிடையே ஓர் ஒற்றுமை ஏற்பட்டிருந்தது. முஷாரஃபை ஒழிக்கும் விஷயத்திலான ஒற்றுமை. அவர்கள் ஒரு கூட்டணியாக அதனை அறிவித்திருந்தார்கள். *Muttahida Majlis-e-Amal* என்று அக்கூட்டணிக்குப் பெயர். சுருக்கமாக எம்.எம்.ஏ. அதன் நோக்கம், கொள்கை, கோட்பாடு அனைத்தும் ஒன்றே. முஷாரஃபைப் பதவிநீக்கம் செய்யவேண்டும். ஆட்சியில் இருக்கும் அவரது

ஆதரவுக் கட்சியான பாகிஸ்தான் முஸ்லிம் லீக் (க்யூ)வை வீட்டுக்கு அனுப்பிவிட்டு வேறு ஆட்சிக்கு வழிபண்ணவேண்டும்.

ஆனாலும் பரவாயில்லை, அவர்களிடமே போகலாம் என்று முஷாரஃப் நினைத்ததுதான் மிகப்பெரிய ராஜதந்திரம்.

அன்புடையீர் வணக்கம். உங்களுடன் ஓர் ஒப்பந்தத்துக்குத் தயாராக வந்திருக்கிறேன். 2004 பிறக்க இன்னும் ஒரு மாதம் இருக்கிறது. அதிபராக நான் சபையின் ஆதரவைப் பெற்றாகவேண்டும். அதற்கு இன்னும் ஆறு மாதங்கள் இருக்கின்றன. நீங்கள் என்னை எதிர்த்து வாக்களிக்க முடிவு செய்திருப்பீர்கள். தவறில்லை. உங்கள் இடத்தில் நான் இருந்தாலும் அதையேதான் செய்வேன். என்ன ஒரே ஒரு விஷயம், நீங்கள் எதிர்த்து வாக்களிப்பதனால் மட்டும் நான் பதவி விலகிவிடப் போவதில்லை. இன்னொரு எமர்ஜென்சி, இரும்புக்கரம்.உங்களைப்பிடித்துஉள்ளேபோடஎன்ராணுவத்துக்கு ஒரு மணி நேரம் ஆகாது. எதற்கு நமக்குள் சண்டை, சச்சரவுகள்? உங்களுக்கு என்ன வேண்டும்? நான் ராணுவப் பொறுப்பை ராஜினாமா செய்யவேண்டும். அவ்வளவுதானே? அதற்குமேல் வேறில்லையே? அப்படி ராஜினாமா செய்துவிட்டால் என்னைத் தொடர்ந்து அதிபராக நீடிக்கவிடுவதில் உங்களுக்கொன்றும் பிரச்னையில்லையே? நல்லது. தேச நலன் கருதித்தான் நீங்கள் கேட்கிறீர்கள். நானும் தேசநலன் விரும்புகிறவன் தான். தேர்தல் முடியட்டும். நான் ஜனநாயக ரீதியில் தேர்ந்தெடுக்கப்பட்ட அதிபராக என்னை ஸ்திரப்படுத்திக்கொள்கிறேன். அதன்பிறகு எனக்கு ராணுவப் பொறுப்பு அநாவசியம். டிசம்பரில் விலகிவிடுகிறேன். சம்மதம்தானே?

ஓர் ஒப்பந்தமாகவே செய்துகொண்டார். மக்கள் நம்பினார்கள். இதுதான் இறுதி. இன்னொருமுறை கண்டிப்பாக வாய்தா கேட்கமாட்டார். ஏனெனில் பெரும்பாலான எதிர்க்கட்சிகள் ஒப்பந்தத்தில் பங்குபெற்றிருக்கின்றன. அத்தனைபேரையும் நிற்கவைத்துப் பன்னிரண்டு திருமண் சார்த்தும் துணிச்சல் கண்டிப்பாக இராது.

தேர்தலில் முஷாரஃப் மிகச் சுலபமாக வெற்றி பெற்றார். 1170 எலக்டொரல் வோட்டுகளில் 658 வோட்டுகள் அவருக்குக் கிடைத்தன. ஐம்பத்தாறு சதவீத வெற்றி. போதாது? யதேஷ்டம். இனி பிரச்னையில்லை. குறைந்தது அடுத்த நான்கு வருடங்களுக்காவது. அதற்குள் ஒன்று, உலகம் அழியலாம். அல்லது பாகிஸ்தானுக்கு விடிவு பிறக்கலாம்.

முஷாரஃபுக்குள் புகுந்துவிட்ட ஜனநாயகவாதி மிகத் தீவிரமாகச் செயல்படத் தொடங்கிவிட்ட காலம் என்று அதனைச் சொல்லலாம். ஒரு சட்டத்திருத்தம் கொண்டுவந்து அதிபரே ராணுவத் தலைமைப் பொறுப்பிலும் இருக்கலாம் என்று சொல்லிவிட்டார். ஆளும் கட்சி. ஆளும் அதிபர். யார் என்ன செய்யமுடியும்? எதிர்க்கட்சிகள் எப்போதும்போல் அலறின. ஏமாற்றப்பட்ட எதிர்க்கட்சிகள். முஷாரஃப் கண்டுகொள்ளவில்லை. அரசியலில் இதெல்லாம் சகஜம். ராணுவ வீரரான தனக்கே தெரிகிறபோது பிறவி அரசியல் வாதிகளுக்கு எப்படித் தெரியாமல் போனது? ஐயோ பாவம்.

O

ஆனால் எல்லாமே வெண்ணெய் போல் வழுக்கிக்கொண்டு ஓடிவிட்டால் வாழ்வில் சுவாரசியம் ஏது? முஷாரஃபுக்காக முஷாரஃபால் கட்டுவிக்கப்பட்ட பாகிஸ்தான் முஸ்லிம் லீக் (க்யூ) கட்சிக்குள் குழப்பங்கள் எட்டிப்பார்க்கத் தொடங்கின. கட்சித் தலைவர் சவுத்ரி ஷூஜத் ஹுசைனுக்கும் பிரதமர் ஜஃபருல்லா கான் ஜமாலிக்கும் ஒத்துப் போகவில்லை. இதற்கெல்லாம் ஒரு காரணம் தேவையா? பொம்மைப் பதவிகள். பொம்மைப் பொறுப்புகள். எத்தனை காலத்துக்கு பல் குத்தி அரசியல் செய்துகொண்டிருக்க முடியும்?

பிரதமருக்கான அதிகாரங்களை மறுபரிசீலனை செய்யவேண்டும் அதிபர் அவர்களே. நீங்கள் மனம் வைத்தால்தான் அது சாத்தியம் என்று கேட்டார் ஜமாலி.

முஷாரஃப் சிரித்தார். சவுத்ரியை அழைத்தார். அதிகாரங்கள் கேட்கிறவர் ஆட்சியில் எப்படி இருக்கலாம்? நீங்கள் என்ன சொல்கிறீர்கள் சவுத்ரி?

மன்னிக்கவேண்டும் அதிபர் அவர்களே. நீங்கள் சொல்வதைக் கேட்கிற மாபெரும் அதிகாரம் இருக்கும்போது வேறெதுவும் வேண்டுமென்று எனக்குத் தோன்றவில்லை.

இதுதான் உண்மையில் நடந்தது. ஆனால் வெளியே சொல்லப்பட்ட கதை வேறு. பொருளாதார ரீதியில் அதலபாதாளத்துக்குப் போய்க்கொண்டிருந்த பாகிஸ்தானை மீட்பதற்கு ஒரு பொருளாதார வல்லுநர் பிரதமராக இருந்தால்தான் சரி என்று முஷாரஃப் நினைத்ததாகப் பாகிஸ்தான் மீடியா சொன்னது.

முன்னாள் சிட்டி பேங்க் சேர்மனும் தேசத்தின் மதிப்புக்குரிய பொருளாதார நிபுணருமான ஷவுகத் அஜிஸ் முஷாரஃபின் மனத்தில் இருந்தார். ஏற்கெனவே நிதியமைச்சராக இருப்பவர். வெறும் அரசியல்வாதி ஒருவரைக் காட்டிலும் ஒரு பொருளாதார வல்லுநர் பிரதமராக இருப்பது நல்லதல்லவா? இந்தியாவைப் பாருங்கள் என்று அவர் தன் கட்சிக்காரர்களிடம் சொல்லவில்லை. ஆனால் அவர் பார்த்துக்கொண்டுதான் இருந்தார்.

சில பிரச்னைகள் இருந்தன. நவாஸ் ஷெரீஃபின் ஆட்சிக்காலத்தில் பாகிஸ்தான் மேற்கொண்ட அணு ஆயுதச் சோதனை. காலரைத் தூக்கிவிட்டுக்கொள்ளக்கூடிய விஷயம்தான். ஆனாலும் ஐக்கிய நாடுகள் அமைப்பும் 'நேட்டோ'வும் பல பொருளாதாரத் தடைகளை விதித்துவிட்டன. வெளியே சொல்லமுடியாத சுமைகள். சுமந்துகொண்டுதான் இருந்தார்கள். பின்னாளில் முஷாரஃப், நவாஸின் ஆட்சியைக் கவிழ்த்துவிட்டு ராணுவ ஆட்சியை அறிமுகப்படுத்தியபோது காமன்வெல்த் கூட்டமைப்பிலிருந்து பாகிஸ்தானை விலக்கிவைத்தார்கள். இதுவும் அடி. அவமானம். பலத்த அவமானம். விளைவாக, பாகிஸ்தானுடன் வர்த்தகம் செய்யவும், பாகிஸ்தானில் முதலீடு செய்யவும் யாரும் முன்வராமல் போனார்கள்.

தெய்வமாகப் பார்த்து அமெரிக்க - ஆப்கன் யுத்தத்தைப் பிச்சை போட்டது என்றுதான் சொல்லவேண்டும். முஷாரஃப் அச்சமயத்தில் எடுத்த அமெரிக்க ஆதரவு நிலைபாடு ஒன்றுதான் விழுந்துகொண்டிருந்த பொருளாதாரத்தைச் சற்றே தூக்கி நிறுத்த

உதவி செய்தது. குறைந்தது நூற்றைம்பது மில்லியன் டாலர்கள் உடனடியாகக் கிடைத்தன. அடுத்த ஓராண்டு காலத்துக்குள் இத்தொகை பில்லியன்களில் நடைபோடத் தொடங்கியது. கிடைத்த பணத்தை சாமர்த்தியமாக முதலீடு செய்து, பெருக்கி, நலத்திட்டங்களில் திருப்பிவிடுவதற்கு ஷவுகத் அஜிஸ் பேருதவி புரிந்தார்.

மிகவும் முக்கியம், டப்பா காலியாக இருந்த அன்னியச் செலாவணி அதிகரிக்கத் தொடங்கியது. அது பாகிஸ்தானின் திவால் நோட்டீஸ் தேதியைக் காலவரையறையற்றுத் தள்ளிவைத்தது.

இதையெல்லாம் யோசித்துப் பார்த்தார் முஷாரஃப். பிரதமரை மாற்றிவிடுவதுதான் சரி என்று அவருக்குத் தோன்றியது.

கட்சிக்குள் இது உண்டாக்கிய கசப்புணர்வுகள் அத்தனை சுலபத்தில் அடங்கக்கூடியதாக இல்லை. வெறுப்பை எவ்வாறெல்லாம் வெளிப்படுத்தலாம்? வெளிநடப்பு செய்யலாம். கோஷமிடலாம். கொடி பிடிக்கலாம். கட்சியிலிருந்தே விலகலாம். ஜனநாயகத்தில் இல்லாத வழிகளா? ஆனால் யாரை வெறுக்கிறோம், யாரை எதிர்க்கிறோம் என்பது முக்கியம். பர்வேஸ் முஷாரஃப். ஒரு நாடகக் கதாபாத்திரமாக ஷெர்வானி அணிகிறாரே தவிர இயல்பில் அவரது உடை வேறு. எப்போதும் அது நினைவில் இருந்தாகவேண்டும். எனவே நாம் ஊழல் செய்யலாம் என்று அவர்கள் முடிவு செய்தார்கள்.

ஊழலுக்கு எதிரான அரசு என்று சொல்லிக்கொண்டு பதவிக்கு வந்த முஷாரஃப். துரதிருஷ்டவசமாக உள்நாட்டு - வெளிநாட்டு நெருக்கடிகள் பலவற்றால் அவரால் பெரிதாக மெனக்கெடமுடியவில்லை. யுத்தம் வந்துவிட்டது. ஓயாத சத்தங்களும் கூடவே ஒட்டிக்கொண்டுவிட்டன. எல்லாம் இருப்பியல்பிரச்னைகள். முதலில் ஆட்சியில் நிலைத்தாகவேண்டும். அதன்பின் தான் ஊழலுக்கு ஒரு வழி செய்யமுடியும்.

அவர் அமெரிக்காவையும் ஆப்கன் ஜிஹாதிகளையும் கவனித்துக்கொண்டிருந்தபோது ஆட்சியில் இருந்த அமைச்சர்களும் அதிகாரிகளும் தம்மால் இயன்ற அளவுக்கு ஜனநாயக சேவை

புரியத் தொடங்கினார்கள். ஊழல். எதிலெல்லாம் சாத்தியம்? முன்னோர் காட்டிய வழிகள் என்னென்ன? எந்தெந்தத் துறைகள் பணம் கொழிக்கும்? எது வற்றிப்போன பசு? எதற்கு எத்தனை ரேட் வைக்கலாம்? எதைச்செய்தால் மாட்டிக்கொள்ள மாட்டோம்? எது காட்டிக்கொடுக்கும்?

உற்சாகமாக அவர்கள் பி.எச்.டி செய்யத் தொடங்கினார்கள்.

டிரான்ஸ்பரன்சி இண்டர்நேஷனல் என்னும் அமைப்பு பாகிஸ்தானில் ஒரு சர்வே எடுத்தது. முஷாரஃப் ஆட்சி குறித்து என்ன நினைக்கிறீர்கள்? ஊழலற்ற அரசு இயந்திரம் என்று தயங்காமல் சொல்வீர்களா?

இல்லை. சாத்தியமில்லை. அவரது முதல் நான்கு வருடங்களில் பெரிய குறை சொல்ல முடியாது. அடுத்தமுறை ஆள வந்தபிறகு எல்லாம் வழக்கம்போலாகிவிட்டது. எங்கும் ஊழல். எதிலும் ஊழல். பேனசிரும் இப்படித்தான் செய்தார். இரண்டாம் தவணை ஆட்சிக்காலத்தில் ஊழலில் கொழிக்கத் தொடங்கிவிட்டார். அவரைப் பார்த்து நவாஸும் அதே வழியைப் பின்பற்றினார். இப்போது பர்வேஸ் முஷாரஃப். எந்த வித்தியாசமும் இல்லை. எங்கும் ஊழல். எல்லோரும் ஊழல்வாதிகள்.

இதனை வேறு விதமாகப் பார்க்கிறவர்களும் உண்டு. மக்களின் அதிருப்தி சில வார்த்தைகளில் வெளிப்படும். கோபத்தின் உச்சக்கட்ட வெளிப்பாடாக அவர்கள் ஊழல் என்று சொல்லக்கூடும். எதனைத் தாங்கவே முடியாதோ, அதனால் அடி என்கிற சித்தாந்தம். எங்கே, ஆதாரம் காட்டுங்கள்? முஷாரஃபின் அரசில் நிகழ்ந்த ஊழல்கள் என்று ஒன்றிரண்டை எடுத்துப் போடுங்கள்?

சாத்தியமில்லை. அப்படி எதுவும் முடியாது, அல்லது அப்படி எடுத்துப் போடும் அளவுக்கு நடந்த ஊழல்கள் வெட்டவெளிச்சமாகவில்லை. ஆனால் மக்கள் நம்பினார்கள். ஊழல், ஊழல் தவிர வேறில்லை. முந்தைய ஜனநாயகவாதிகளின் ஆட்சிக்காலத்தில் தனி நபர்களால் ஊழல் செய்யப்பட்டது. முஷாரஃப் வந்ததும் அதனை நிறுவனமயமாக்கிவிட்டார். அமைப்பு ரீதியில் ஊழல். ராணுவப் பாதுகாப்புடன். அட,

ராணுவத்திலேயே இல்லாத ஊழலா? இரண்டாயிரம் கோடி டாலர் மதிப்பில் ராணுவம் தனியே பிசினஸ் செய்கிறதாமே? அடக்கடவுளே, இதென்ன கூத்து? சுய உதவி சித்தாந்தத்தின்மீது முஷாரஃப் நம்பிக்கை கொண்டுவிட்டாரா? அவருக்குத் தெரியாமல் இதெப்படி சாத்தியம்? பல ராணுவ அதிகாரிகள் பண்ணையார்களைப் போல் நிறைய நிறைய நிலங்களை வளைத்துப் போட்டு குட்டி பங்களாக்கள் கட்டிக்கொண்டு சொகுசு வாழ்க்கை வாழ ஆரம்பித்துவிட்டார்கள். துப்பாக்கிகள் பெரும்பாலும் குருவி சுடவே பயன்படுத்தப்படுகின்றன. கிராமப்புறங்களுக்கு வாருங்கள், நாங்கள் காட்டுகிறோம்.

எங்கும் குரல்கள். எதிர்ப்புக் குரல்கள். முஷாரஃபுக்குத் தெரியாமலில்லை. ஆனால் செய்யக்கூடியது ஒன்றுமில்லை.

○

சரி. செய்வதற்கொன்றுமில்லை. இந்த சஸ்பென்ஷன் ஆர்டரை அவரிடம் அளித்துவிடுங்கள் என்று முஷாரஃப் நீட்டினார்.

இஸ்லாமாபாத் உச்சநீதிமன்ற வளாகத்தில் சூடு பறக்கத் தொடங்கியது. ஜனநாயகத்தின் மீது கடைசிச் சொட்டு நம்பிக்கை கொண்டவர்களின் இறுதிப் புகலிடம். இனி ஒன்றுமில்லை. தலைமை நீதிபதி வீட்டுக்குப் போகிறார். வேறொரு நீதி புருஷன் அவசியம் வருவார். அவர் அதிபருக்கு வேண்டப்பட்டவராக இருப்பார். நிலுவையில் உள்ள வழக்குகள் அப்படியே ஜீவசமாதியடையும். வாய் திறந்து பேசாதீர். உங்கள் குரல்வளையைத் தனியே கைதுசெய்து எடுத்துப் போய் மத்திய சிறைச்சாலையில் வைத்துவிடுவார்கள்.

மிக எளிய கோரிக்கைகள். தவிரவும் புதியதாக ஏதுமில்லை. பழைய பல்லவி. பழைய அனுபல்லவி. பழைய சரணங்கள். எழுபத்தி மூன்றாவது மேளகர்த்தா ராகத்தில் இசைக்கப்படுவது. ராணுவத் தளபதியாகவும் நீயே இருக்காதே என்கிற ராகமாலிகைக் கிருதி.

அதனை முன்வைத்து முஷாரஃப் மீது சட்டபூர்வமான ஒழுங்கு நடவடிக்கைகளை நீதிமன்றம் எடுத்துவிடும் என்று ஊருக்குள்

பேசிக்கொண்டார்கள். நீ பொல்லாதவன் இல்லாது போனாலும் செல்லாதவன் என்று அறிவித்துவிட்டால் போதாது? தவிரவும் இன்னொரு நான்கு வருடங்கள் கழிந்திருக்கின்றன. இன்னொரு தேர்தல் ஆண்டு. இது *2007*. அசம்பாவிதங்கள் எவ்விதத்திலும் கூடாது. யார் மூலமாகவும் கூடாது. சிறந்த பின்பாட்டாளரான முஷாரஃப் அப்போதும் பாடிக்கொண்டுதான் இருந்தார். கூடிய விரைவில் ராஜினாமா செய்வேன், கூடிய விரைவில் ராஜினாமா செய்வேன்.

நீதிமன்றம் நம்புகிற விதமாகத் தெரியவில்லை. தேர்தல் நெருக்கத்தில் கண்டிப்பாகச் சில அசம்பாவிதங்கள் ஏற்படும் என்று முஷாரஃபுக்கு உளவுத்துறை எச்சரிக்கை விடுத்தது. ஆயிரம் பேர் உங்கள் பதவியை எதிர்த்து வழக்குத் தொடுத்திருக்கிறார்கள். தேர்தல் தேதிக்கு ஒருநாள் முன்பு அவற்றுள் ஒரு வழக்கில் தீர்ப்பு வந்துவிட்டால் போதுமானது. நீங்கள் நிற்கமுடியாது. தவிரவும் இஃப்திகார் முஹம்மது சவுத்ரியை நம்புவதற்கில்லை. நீதியின் காவலர்களுக்கு பாகிஸ்தானில் அரசு உத்தியோகம் அளிப்பது என்றைக்கும் ஆபத்தானது.

எனவே முஷாரஃப் ஒரு தீர்மானத்துக்கு வந்தார். தனது பதவியைத் தவறாகப் பயன்படுத்துகிறார் தலைமை நீதிபதி. விசாரணைகள் வேண்டியிருக்கின்றன. அவருக்கு ஒத்து பாடும் வேறு சில நீதிபதிகளையும் கவனித்தாகவேண்டியிருக்கிறது. இது ஒரு தாற்காலிக நிலை. பதவி நீக்கமல்ல. சஸ்பென்ஷன்.

கொதித்துவிட்டார்கள் வழக்கறிஞர்கள். இனி செய்ய ஒன்றுமில்லை. இதுதான் ஆட்டம். இறுதியாட்டம். ஆடிவிடுவதுதான் சரி.

மார்ச் 12, 2007 முதல் பாகிஸ்தான் வழக்கறிஞர்கள் அனைவரும் தேசமெங்கும் நீதிமன்றங்களைப் புறக்கணிக்கத் தொடங்கினார்கள். கராச்சி, இஸ்லாமாபாத், குவெட்டா, லாஹூர் ஓரிடம் பாக்கியில்லை. சாலைகளெங்கும் வழக்கறிஞர்கள். கறுப்பு உடையில் கண்டன ஊர்வலங்கள். தடுத்து நிறுத்திய காவல் துறைக்கு சஹஸ்ரநாமாவளிகள். அடித்துத் துரத்தினால் ஆர்ப்பாட்டம் வலுத்தது. சில தினங்களில் செய்தியை உள்வாங்கிய

மக்கள் வழக்கறிஞர்களுக்கு ஆதரவாகத் தாங்களும் ஊர்வலங்களில் கலந்துகொள்ளத் தொடங்கினார்கள். பாகிஸ்தான் ஜிந்தாபாத். முஷாரஃப் முர்தாபாத். மீடியா ஃப்ளாஷ் செய்தது. உலகம் கவனித்தது. போராட்டம் மேலும் வலுத்தது. இடைக்கால ஏற்பாடாக உச்சநீதிமன்றத்துக்கு நியமிக்கப்பட்ட புதிய தலைமை நீதிபதி ஜாவேத் இக்பால், வழக்காட அறிஞர்கள் இல்லாமல் அலுவலகத்தில் அச்சத்துடன் தனியே பொழுது கழிக்கவேண்டியதானது.

உலகம் பாகிஸ்தானை மிகக் கூர்மையாகப் பார்க்கத் தொடங்கியபோது போராட்டம் அதன் அடுத்த பரிமாணத்தைத் தொட்டது. காவல் துறையின் அடக்குமுறைகள் அதிகரித்தன. வழக்கறிஞர்களே, வெளியேறுங்கள். ஓரடி முன்னால் வந்தாலும் காலை உடைத்துவிடுவோம். எங்கும் கலவரம். கண்ணீர்ப் புகை. தீயினுள் வாழ்க்கை.

ஒரு முயற்சிதான். ஆனால் செய்துவிடுவது என்று உச்சநீதிமன்ற நீதிபதிகளும் வழக்கறிஞர்களும் சேர்ந்து முடிவு செய்தார்கள். சஸ்பெண்ட் செய்யப்பட்ட நீதிபதி இஃப்திகார் முஹம்மது சவுத்ரி மீண்டும் பதவியில் அமர்த்தப்பட்டார். முஷாரஃபின் உத்தரவு செல்லாது. இஃப்திகார் மீது அவர் வைத்த குற்றச்சாட்டுகள் எதுவும் செல்லாது. நீ யார் சொல்ல? நாங்கள் சொல்கிறோம். நீதிபதிகள் சொல்கிறோம். அவர் குற்றமற்றவர். ஜனநாயகம் பேசுகிறாய் அல்லவா? ஜனநாயகக் காவலர்கள் சொல்வதை மரியாதையாகக் கேட்டுக்கொள். அவர்தான் தலைமை நீதிபதி. உன்னால் ஆனதைப் பார்.

என்ன செய்வதென்று முஷாரஃபுக்குப் புரியவில்லை. இன்னொரு மாபெரும் பூதம் அப்போது அவரைக் கடித்துக் குதறத் தயாராக நின்றுகொண்டிருந்தது. காஷ்மீர் தீவிரவாதக் குழுக்களின் முன் முயற்சிகளுடன் வடமேற்கு எல்லைப்புற மாகாணப் பகுதியில் கிளர்ச்சியைத் தொடங்கி இஸ்லாமாபாத் வரைக்கும் அதை நகர்த்திக்கொண்டு வந்த தாலிபன்கள் ஏவிவிட்ட பூதம். லால் மசூதி பூதம்.

৪. போனால் வரமாட்டாய்

போகாதே!

அப்படித்தான் சொன்னார்கள், ராணுவ வீரர்களின் குடும்பத்தினர். நிலைமை மிகவும் மோசமாகிக்கொண்டிருந்தது. ஒரு மாபெரும் உள்நாட்டு யுத்தத்தின் சரியான தொடக்கம் அது என்று தெளிவாகத் தெரிந்துவிட்டது. என்ன செய்தாலும் நிலவரத்தைச் சரிசெய்ய முடியாது என்று எல்லோருக்கும் தோன்றியது. முஷாரஃப் உள்பட. ஆனால் ஏதும் செய்யாமல் இருக்க முடியாது. எட்டு வருடங்கள். படாதபாடு பட்டுக் கட்டிக்காத்த தேசத்தைத் தூக்கி எடுத்து இந்தா என்று அடிப்படைவாதிகளிடம் ஒப்படைத்தது போலாகிவிடும்.

தடுப்பு மற்றும் ஒடுக்கு முயற்சிகள் மேற்கொள்ளப்பட்டுத்தான் ஆகவேண்டும். எதிர்ப்பு இருக்கும். வலுவாகவே இருக்கும். ஆனாலும் வேறு வழியில்லை. குறிவைக்கப்போகிற இடம் சாதாரணமானதில்லை. மசூதி. லால் மசூதி. சுவரெல்லாம், சூழலெல்லாம் சிவப்பைப் பூசிக்கொண்டிருக்கிற மசூதி. 1965லிருந்து முல்லாக்கள் அங்கே கோட்டை அமைத்து ஆட்சி புரிந்து வருகிறார்கள். ஒரு புறம் தொழுகை நடக்கும். மறுபுறம் பாடம் நடக்கும். உள்ளே ரகசியமாக ஆயுதப் பயிற்சி வகுப்புகள் நடக்கும். அக்கம்பக்கத்து தேசங்களிலிருந்து ஆயுதங்களைக் கொண்டுவந்து

பதுக்கிவைப்பார்கள். எல்லைப்புற தாலிபன் முகாம்களுக்கு இங்கிருந்து சரக்குகள் போகும். அங்கிருந்து அதிதிகள் வருவார்கள். அன்பு மேலோங்க தோளோடு தோள் அணைத்து புனிதப் போருக்கு அழைப்பு விடுப்பார்கள். இஸ்லாமிய சகோதரத்துவம். கண்ணியம் மிகு கலீஃபாக்களின் ஆட்சி. ஆப்கனிஸ்தானில் அண்ணன் முஹம்மது ஓமர் நிறுவிய மகத்தான ஆட்சி. பாகிஸ்தானுக்கு அந்த பாக்கியம் எப்போது வரும்?

லால் மசூதியின் காவலர்களான மௌலானா அப்துல் அஜிஸ் காஜி மற்றும் மௌலானா அப்துல் ரஷீத் காஜி இருவரும் அவர்களிடம் கண்களில் கனவுடன் கேட்பார்கள்.

காலம் கனியவேண்டும். பாகிஸ்தானில் நடக்கும் முஷாரஃபின் பேயாட்சியை முதலில் ஒழிக்கவேண்டும். இந்த மனிதர் உண்மையிலேயே ஒரு முசல்மான் தானா? வெறும் அமெரிக்க அடிவருடி. ஏன் இன்னும் வைத்துக்கொண்டிருக்கிறீர்கள்? ஒழித்துக்கட்ட உங்கள் தேசத்தில் ஒரு ஆண்மகன் இல்லையா?

கொம்பு சீவும் தாலிபன்களுக்கு டீ போட்டுக்கொடுத்து உட்காரவைத்துப் பேசுகிற சகோதரர்கள். சுற்றிலும் உண்டு ஆயுதம் ஏந்திய பாதுகாவலர்கள். அந்த மசூதி வளாகமே அப்படித்தான். மர்மங்கள் நிறைந்தது. முரட்டுத்தனம் நிறைந்தது. எந்தக் கணமும் வெடிக்கத் தயாராக நீட்டிக்கொண்டிருக்கும் துப்பாக்கிகள் சூழ்ந்தது.

ஆனால் பொதுமக்களுக்கு அச்சமில்லை. நம்பிக்கையாளர்கள் அவர்கள். தொழுகைக்குப் போவார்கள். தமது பிள்ளைகளை அங்குள்ள மதரஸாவில் படிக்க அனுப்புவார்கள். காஜிகள் அவர்களுக்குக் கடவுளுக்குச் சமானம். எத்தனையோ சந்தர்ப்பங்களில் ஏழைக் குடியிருப்புகள் பலவற்றுக்கு லால் மசூதியிலிருந்து உணவும் உடையும் இன்னபிற அடிப்படைத் தேவைகளும் நிறைவேற்றப்பட்டிருக்கின்றன. அது ஒரு தனி சமஸ்தானம். அடிப்படைவாதிகளின் அரண்மனை. ஆள்வது காஜி. அக்கப்போர் அங்கேதான்.

அவர்களுக்கு அசைக்கமுடியாத நம்பிக்கை இருந்தது. நம்மீது யாரும் கைவைக்கமாட்டார்கள் என்கிற நம்பிக்கை.

அதற்கு வலுவானதொரு காரணமும் உண்டு. பாகிஸ்தான் ஆட்சியாளர்களுக்கும் ராணுவ அதிகாரிகளுக்கும் உளவுத்துறை அதிகாரிகளுக்கும் மிக நெருக்கமான இடம் அது. தலைநகரில் ஐ.எஸ்.ஐ. தலைமை அலுவலகத்துக்கு அருகில் இருக்கிற மசூதி. பொழுதுபோகாத பொழுதுகளில் ஐ.எஸ்.ஐ. அதிகாரிகள் மசூதிக்கு விஜயம் செய்து காஜிகளுடன் அளவளாவிக்கொண்டிருப்பது வழக்கம். சாதாரண நெருக்கமா அது? சோவியத் யுத்த காலத்தில் தொடங்கிய நெருக்கம். ஐ.எஸ்.ஐ. தலைமையகத்திலிருந்து ஆப்கன் எல்லைக்குப் போகவேண்டிய பொருள்களெல்லாம் லால் மசூதி வழியாகத்தான் அப்போது போகும். ஒரு கூரியர் சர்வீஸ் ஆபீஸ் மாதிரி அதனைப் பயன்படுத்திக்கொண்டிருக்கிறார்கள்.

அரசியலும் மதமும் இரண்டறக் கலந்துவிட்ட தேசம். என்றைக்காவது ஆபத்து வரும் என்று என்றுமே எண்ணிப்பார்த்திராத மக்கள். ஜியா உல் ஹக் காலத்தில் இன்னும் விசேஷம். மத்தியானச் சாப்பாட்டுக்கு முன்னதாக கண்டிப்பாக ஒரு நடை லால் மசூதிக்குப் போய்விட்டு வருவதை ஜியா ஒரு வழக்கமாகவே வைத்திருந்தார். தொழுகை முக்கியம். தோழமை அதைவிட முக்கியம்.

1998ல் மசூதியின் நிறுவனர் மௌலானா காரி அப்துல்லா மர்மமான முறையில் மசூதி வளாகத்திலேயே படுகொலை செய்யப்பட்ட பிறகு அவரது மகன்கள் அப்துல் அஜிஸ், அப்துல் ரஷீத் இருவரும் மசூதியை நிர்வகிக்கும் பொறுப்பை ஏற்றுக்கொண்டார்கள். அரசாங்கம் ஆதரவளித்தது. ஐ.எஸ்.ஐ. ஆசீர்வதித்தது. ராணுவம் ஆரத்தழுவி முத்தமிட்டது. அடிப்படைவாதம் அப்போதெல்லாம் அவர்கள் கண்ணில் படவில்லை. அபாயம் என்று ஏதும் தெரியவில்லை. அரசாங்கத்துக்கு வேண்டியவர்கள். 'ஆக்கபூர்வமான' பல ஒத்துழைப்புகள் அளித்தவர்கள். தவிரவும் பல்லாண்டுகால நண்பர்கள்.

O

முஷாரஃபுக்குத்தான் சரிப்படவில்லை. நீதிமன்றம் ஒரு பக்கம் அவருக்கு எதிராகப் புரிந்துகொண்டிருந்த நற்செயல்களை மறுபுறம் லால் மசூதி காஜிகள் வேறு விதமாகச் செய்ய ஆரம்பித்தார்கள்.

தொழுகைக்கு வருவோரிடமெல்லாம் முஷாரஃபுக்கு எதிரான பிரசாரங்கள். புனிதப் போருக்கான அழைப்பு விடுப்பு. இந்த அரசாங்கத்தைத் தூக்கி எறியுங்கள். பாகிஸ்தானை ஒரு பரிபூரண இஸ்லாமிய தேசமாக ஆக்குவோம். அடிவருடிகள் நமக்கு வேண்டாம். அடிப்படைவாதம் என்று கொச்சைப்படுத்துவோர் சகவாசம் வேண்டாம். நாம் இஸ்லாத்தைக் காப்போம். ஷரியத்தைக் காப்போம். நமது தேசத்தை ஒரு மகத்தான மறுமலர்ச்சிப் பாதையில் கொண்டுசெல்ல எங்களுக்குத் தோள்கொடுக்க உங்களில் எத்தனைபேர் முன்வரப்போகிறீர்கள்?

ஓயாத பிரசாரம். ஒழியாத மூளைச் சலவை.

மேற்கே பாருங்கள். வாஜிரிஸ்தானில் என்ன நடக்கிறது? எப்படி நடக்கிறது? யார் செய்கிறார்கள்? தெரியுமா உங்களுக்கு? நமது சகோதரர்கள் தாலிபன்கள் அங்கே முயற்சியெடுத்திருக்கிறார்கள். நடக்கிற யுத்தம் யாருக்கும் யாருக்கும் தெரியுமா? கிளர்ச்சி என்று அரசாங்கம் கொச்சைப்படுத்துகிறது. உண்மையில் அங்கே நடப்பது யுத்தம்தான். பர்வேஸ் முஷாரஃபுக்கும் வாஜிரிஸ்தான் இஸ்லாமிய சாம்ராஜ்ஜியத்துக்கும் (Islamic Emirates of Waziristan - அவர்களாகச் சூட்டிக்கொண்ட பெயர்) இடையில் நடக்கிற யுத்தம். எப்பேர்ப்பட்ட துணிச்சலும் பேராண்மையும் இருந்திருந்தால் அங்கே நமது சகோதரர்கள் தமது பிராந்தியத்தைத் தனி தேசமென்று அறிவித்துக்கொண்டு அரசாங்கத்துடன் போருக்கு ஆயத்தமாவார்கள்? நேற்றைக்குத்தான் அபூ ஃபரா அல் லிபியுடனும் ஜலாலுத்தீன் ஹக்கானியுடனும் (கமாண்டர்கள்) நாங்கள் பேசினோம். பொளந்து கட்டுகிறார்களாம் நமது வீரர்கள். முல்லா ஓமரும் முல்லா ஒசாமா பின் லேடனும் போர்க்களத்துக்கு நேரில் வந்து பார்த்து ஆசீர்வதித்துவிட்டுப் போயிருக்கிறார்கள். என்ன செய்யமுடியும் பர்வேஸ் முஷாரஃபால்? கிளர்ச்சியாளர்களை அடக்குகிறேன் பேர்வழியென்று ராணுவத்தை அனுப்பினார். 1947லிருந்து அந்தப் பிராந்தியத்தை எட்டிப் பார்த்ததுகூடக் கிடையாது இவர்கள். ஓரடி எடுத்துவைத்துவிட முடியுமா என்ன? எல்லையிலேயே அடித்துத் துவைத்துக் காயப்போட்டுவிட்டார்கள் நமது சகோதரர்கள்.

ஆனால் அரசாங்கம் என்ன சொன்னது? நடந்த யுத்தத்தில் உலமா ஐமன் அல் ஜவாஹிரியையே குண்டுவீசிக் கொன்றுவிட்டதாகப் புரளி கிளப்பிவிட்டது. கெட்டிக்காரன் புளுகு எட்டு நாள். இது எட்டு மணிநேரம் கூடத் தாக்குப்பிடிக்காத பொய். அல் ஜசீராவில் ஜவாஹிரி பேட்டி கொடுத்துவிட்டார் பார்த்தீர்களா?

நண்பர்களே, இனியும் தாமதித்துக்கொண்டிருப்பதில் அர்த்தமில்லை. இந்தக் காட்டாட்சியை ஒழித்தே தீரவேண்டும். இல்லாவிட்டால் இந்தப் பர்வேஸ் முஷாரஃப் பாகிஸ்தானியர்கள் அத்தனை பேரையும் அமெரிக்காவுக்கு அடிமைகளாக விற்றுவிடுவான், கபர்தார்!

முஷாரஃப் கொஞ்சம் கொஞ்சமாகப் பொறுமை இழந்து கொண்டிருந்த தருணம் அது. உண்மையில் வாஜிரிஸ்தானில் நடந்தது என்ன என்பது குறித்து சரியான விவரங்கள் மக்களுக்குத் தரப்படவில்லை. அரசாங்கம் செய்திருக்கலாம்தான். பல்வேறு நெருக்கடிகளில் எல்லாம் அவசரத்தில் அள்ளித்தெளித்தது போலாகிவிட்டது.

மார்ச் 2004ல் தொடங்கிய யுத்தம். ஒரு விளையாட்டுப் போல இரண்டு வருடங்களுக்கு மேல் நீண்டுவிட்டது. எண்பதாயிரம் ராணுவத்தினர். அவர்கள் தரப்பில் நாற்பதாயிரம் முஜாஹிதின்கள். அல் காயிதாவினர். தாலிபன்கள். வாஜிரிஸ்தான் பழங்குடி இனத்தவர்கள். அல் காயிதா ஆயுதம் கொடுத்தது. தாலிபன் வழி நடத்தியது. பழக்கப்பட்ட பிராந்தியம். தொடக்கத்தில் பழங்குடியினர் கைதான் மேலோங்கியிருந்தது. அப்பா! எப்படித் தாக்குகிறார்கள். காட்டான்கள். வெறும் காட்டான்கள்.

முஷாரஃப் தன் ராணுவத்தை முடுக்கி, தாக்குதலைத் தீவிரப்படுத்தியபோது யுத்தம் மெல்ல மெல்ல வடமேற்கு எல்லைப்புறப் பகுதிகளெங்கும் பரவத் தொடங்கிவிட்டிருந்தது. மிகத் தீவிரமான யுத்தம். பீரங்கிகள் கொண்டு இறக்கப்பட்டன. ஹெலிகாப்டர்கள் வானில் வட்டமிட்டன. எந்நேரமும் வெடிச்சத்தம். படபடபடபடவென்று ஓயாத சத்தம். அப்பாவிகள் களப்பலியானதுதான் இன்னும் தீவிரப்படுத்திவிட்டது. மக்கள் கொதித்துப் போய்விட்டார்கள்.

ஆனால் ஒன்றும் செய்வதற்கில்லை என்று முஷாரஃப் சொல்லி விட்டார். கிளர்ச்சிகள் எங்கிருந்து புறப்பட்டாலும் ஒடுக்கித்தான் ஆகவேண்டும். அந்நிய சக்திகளை முறியடித்தே தீரவேண்டும்.

அந்நிய சக்திகள்! யார், தாலிபன்களா? அடேய், நீ வளர்த்த பிள்ளையடா என்று கொக்கரிக்கத் தொடங்கினார்கள் முல்லாக்கள். கோபத்தில் கிளர்ந்த தாலிபன்கள் தற்கொலைப் படை வீரர்களை அனுப்பி பாகிஸ்தான் அரசுப் படையினரைக் கொத்துக் கொத்தாகக் கொன்றுபோடத் தொடங்கினார்கள்.

இரு தரப்புக்கும் பலத்த சேதம். வெளியில் சொல்லவில்லை. சரியான மரண எண்ணிக்கைகள் ஒருபோதும் வெளிவராது. நடந்ததை ஓரளவு புரிந்துகொள்ள அமைதி ஒப்பந்தங்கள்தான் ஒரே வழி. யுத்தம் நிறுத்தப்படும். இனி தாக்குதல் இராது. வாஜிரிஸ்தான் மறுகட்டுமானப் பணிகளை பாகிஸ்தான் அரசு உடனே மேற்கொள்ளும். போர் அழிவுகள் சரிசெய்யப்படும். வளர்ச்சிப் பணிகள் முடுக்கிவிடப்படும். ஆனால் அந்நிய சக்திகளுக்கு அடைக்கலம் தரக்கூடாது. மீறினால் மீண்டும் ராணுவ நடவடிக்கை.

○

அடங்கிவிட்டது என்றுதான் முஷாரஃப் நினைத்தார். அதுதான் லால் மசூதியில் மறுபிறவி எடுத்திருந்தது. அதே தாலிபன்கள். அதே முல்லாக்கள். அதே கோஷம். அதே வெறி. அதே வேட்கை. ஆட்சியை ஒழி. முஷாரஃபை அழி.

எல்லையில் கண்காணாத பிராந்தியத்தில் இருந்துகொண்டு யுத்தம் புரிந்தவர்கள் தலைநகர் வரை முன்னேறி வந்துவிட்டதுதான் பெரிய பிரச்னையாகிவிட்டது. இனி பொறுப்பதில்லை, தம்பீ எரிதழல் கொண்டுவா என்றார் முஷாரஃப்.

ராணுவம் மசூதி வளாகத்தைச் சூழத் தொடங்கியது.

அன்றைக்கு ஜூலை மூன்றாம் தேதி. லால் மசூதி வளாகத்திலிருந்து ஒரு மகளிரணி புறப்பட்டு வெளியே ஊர்வலம் போனது. அரசுக்கு எதிரான கோஷங்கள். அடக்குமுறைக்கு எதிரான குற்றச்சாட்டுகள்.

போகவேண்டாம் என்று ராணுவம் சொன்னது. நீயார் கேட்க என்று முறைத்துக்கொண்டு உள்ளிருந்து இன்னொரு படை வந்தது. இது மாணவர்கள் படை. தடுத்து நிறுத்தக் கண்ணீர்ப் புகைக் குண்டுகள்.

போதாது? பற்றிக்கொண்டது. செக்யூரிடி காவலர்களுள் ஒருவர் கொல்லப்பட விஷயம் பற்றிக்கொண்டது. இவர்கள் சுட, அவர்கள் சுட, இடைப்பட்ட சமயத்தில் ஒன்பது பேர் இறந்து விழ, அத்தனை பேரும் அப்பாவிகள் என்று அலறத் தொடங்கியது மீடியா.

உடனே முஷாரஃப் மசூதி வளாகம் இருந்த வீதியில் ஊரடங்கு உத்தரவு அறிவித்தார். வெளியே தலை தெரிந்தால் சுடப்படும். நடமாட அனுமதி இல்லை. வீட்டுக்குள் முடங்குங்கள்.

உத்தரவு தெளிவாக இருந்தது. 'சரணடையச் சொல்லிக் கேளுங்கள். மறுத்தால் காஜிகளைக் கைது செய்துவிடுங்கள். பிறகு ராணுவம் உள்ளே போகட்டும். ஆயுதங்களை முதலில் கைப்பற்றுங்கள். அதிக சேதம் வேண்டாம். தேவைப்பட்டால் கண்ணீர்ப் புகை குண்டுகளை மட்டும் வீசலாம். ரொம்ப மிஞ்சினால் மட்டும் துப்பாக்கி.

'ஆனால் ஐயா, வளாகத்தினுள் நுழையவே முடியவில்லை. முயற்சி செய்வது தெரிந்தாலே தாக்கத் தொடங்கிவிடுகிறார்கள்.'

முஷாரஃப் யோசித்தார். 'அப்படியா? சரி. என்ன செய்தால் நுழைய முடியுமோ அதனைச் செய்யுங்கள்'

முதல் முறை சரணடையச் சொல்லி மைக் வைத்து அறிவித்தார்கள். பதில் இல்லை. மறுமுறை கேட்டார்கள். அப்போதும் பதிலில்லை. மூன்றாம் முறை. ம்ஹூம். நான்காவது அறிவிப்பு வந்த வேளையில் மசூதியிலிருந்து பர்தா அணிந்த பெண் ஒருத்தி வெளியே வருவது புலப்பட்டது.

யார் அது? ஏய், இங்கே வா.

அந்த உருவம் ஓடத்தொடங்கியபோதுதான் பாய்ந்து சென்று பிடித்தார்கள். பெண் அல்ல அது. மௌலானா அப்துல் அஜிஸ் காஜி.

இதற்குமேல் சாத்தியமில்லை என்று ராணுவத்துக்குப் புரிந்துவிட்டது. இறுதி எச்சரிக்கை விடுத்துவிட்டு தாக்குதலைத் தொடங்கலாம் என்று முடிவு செய்தார்கள். வினாடிக்கு வினாடி

நடப்பதை முஷாரஃபுக்குத் தெரியப்படுத்திக்கொண்டே இருந்தார்கள். காஜி கைதானது ஒரு வகையில் வசதிதான். அச்சத்தில் உள்ளே இருந்த சுமார் எண்ணூறு ஆண்களும் நானூறு பெண்களும் வெளியே வந்து சரணடைந்தார்கள்.

அதிர்ச்சியாக இருந்தது. ஒரு மசூதி. வழிபாட்டுத்தலம். இப்போது வந்து சரணடைந்திருப்பவர்கள் மட்டும் ஆயிரத்தி இருநூறு பேர் என்றால் இன்னும் உள்ளே எத்தனை பேர்? அத்தனை பேரும் அங்குள்ள மதரஸாவில் படிக்கிறவர்கள். கண்டிப்பாக ஆயுதப் படிப்பு உண்டு. என்றால்?

யோசித்துக்கொண்டிருக்க சமயமில்லை. உடனே தாக்கத் தொடங்கிவிடுங்கள் என்று முஷாரஃப் சொன்னார். மசூதியைச் சுற்றிலும் வெடிகுண்டுகள் வைக்கப்பட்டன. எச்சரிக்கை விடுக்கப்பட்டது. இறுதி வாய்ப்பு. மரியாதையாகச்சரணடையுங்கள். இல்லாவிட்டால் செத்து ஒழியுங்கள்.

குண்டுகள் வெடிக்கத் தொடங்கின. இங்கிருந்து பாயும் தோட்டாக்களுக்கு உள்ளிருந்து வீசுகுண்டுகளாக பதில் வந்தது. காம்பவுண்ட் சுவர் தகர்க்கப்பட்ட வேளையில் எதிர்த்தரப்புத் தாக்குதல் உச்சத்தைத் தொட்டது. மாறி மாறிச்சுட்டுக்கொண்டார்கள். தலைநகரின் மிக முக்கியமான பகுதிகளுள் ஒன்றான அது, வினாடிப் பொழுதில் ஒரு போர்க்களம் போல் ஆனது. உள்ளே எப்படியும் முன்னூறுக்குக் குறையாத மாணவர்களும் குறைந்தது எழுபது போராளிகளும் இருப்பார்கள் என்று ராணுவம் நினைத்தது. சரணடைய வந்தவர்கள் சொன்ன தகவல்கள் ஒன்றுக்கொன்று முரண்பட்டே இருந்தன. நம்புவதற்கில்லை. எத்தனை பேர் இருந்தாலும் சரி. இது இறுதியாட்டம். ஆடித்தான் தீரவேண்டும் என்று முடிவு செய்து அடிக்கத் தொடங்கினார்கள்.

மறுபுறம் உள்ளே இருந்த சகோதரர்களுள் ஒருவரான அப்துல் ரஷீத் காஜி அரசுத்தரப்புப் பேச்சுவார்த்தையாளர் ஒருவரை அனுமதித்தார். சரணடைகிறோம். ஆயுதங்களைக் கீழே போடுகிறோம். ஆனால் மேலே கைவைக்கக்கூடாது. கைது செய்யக்கூடாது. ராணுவத் தாக்குதல் உடனடியாக நிறுத்தப்படவேண்டும்.

கோரிக்கையெல்லாம் சரி. ஆனால் இந்த மனிதர் சொன்ன சொல் காப்பாரா? நம்புவதற்கில்லை. ராணுவம் தாக்குதலை நிறுத்தியதும் அவர்கள் ஆயுதங்களுடன் வெளியே வந்து இன்னொரு பயங்கரத் தாக்குதலை மேற்கொண்டு தப்பித்துவிட்டால்?

மீண்டும் பேசினார்கள். பலமுறை பேசினார்கள். திரும்பத்திரும்பப் பேசினார்கள். தொலைபேசியில் பேசினார்கள். நேரிலும் பேசினார்கள். ஆனால் பலனில்லாமல் போய்விட்டது. முதலில் சரணடையுங்கள், மற்றவற்றைப் பிறகு பார்க்கலாம் என்று சொன்ன ராணுவத்தினருக்கு காஜி தரப்பில் சரியான பதில் இல்லை.

சனிக்கிழமை மாலை வரை முஷாரஃப் பொறுத்திருந்தார். போதும் என்று தோன்றிவிட்டது. துணை ராணுவப் படையை நகர்த்திவிட்டு முழு ராணுவத்தை அனுப்பச் சொல்லி உத்தரவிட்டார். முக்கியமாக கமாண்டோ படைகள்.

அவ்வளவுதான். அது ஆரம்பமானது. ஜூலை ஏழாம் தேதி அதிகாலை ஒரு மணிக்குத் தொடங்கி மசூதி வளாகத்தை முற்றிலுமாக நிர்மூலம் செய்யும் விதமாக அமைந்தது ராணுவத்தின் தாக்குதல். எதிர்த்தரப்பிலும் தாக்குதல் பலமாகவே இருந்தது. உள்ளே இருந்த காஜிக்கு இப்போது அமைதி முயற்சிகளெல்லாம் உதவாது என்பது புரிந்துவிட்டது. எங்களிடமும் ஆயுதம் உண்டு. வீரம் உண்டு. தாக்கத் தெரியும் என்று அறிவித்தார். உலகம் வாய்பிளந்து பார்த்த அந்த 'உள்நாட்டு யுத்தம்' ஒரு முடிவுக்கு வந்தபோது, இஸ்லாமாபாத் முழுதும் மயான அமைதி பூண்டிருந்தது. மசூதி வளாகத்தினுள் இருந்த அத்தனை தீவிரவாதிகளும் கொல்லப்பட்டிருந்தனர்.

மசூதி ராணுவத்தின் கட்டுப்பாட்டுக்குள் வந்தது. தேசம் முஷாரஃபின் கட்டுப்பாட்டிலிருந்து விலகத் தொடங்கி விட்டிருந்தது.

O

யாரும் எதிர்பார்க்கவில்லை. முதல் கண்டனம் அல் காயிதாவிடமிருந்து வந்தது. ஒசாமா இல்லை. ஜவாஹிரி அறிக்கை வெளியிட்டிருந்தார். இது அக்கிரமம். இந்த மதத்துரோகியை முதலில் வெளியேற்றுங்கள்.

தாலிபன்கள் சார்பிலும் ஓர் அறிக்கை வெளியிடப்பட்டது. கருத்தில் மேலதிக வித்தியாசமில்லை. பாகிஸ்தானைக் கூடிய சீக்கிரம் புனருத்தாரணம் செய்தே தீரவேண்டும்.

பாகிஸ்தான் எங்கும் பல்வேறு மசூதிகளில் இருந்தும் மதரஸாக்களில் இருந்தும் உலமாக்கள் எனப்படும் மார்க்க அறிஞர்களிடமிருந்தும் கடும் கண்டனங்கள் சீறி வரத்தொடங்கின.

‘என்ன நடக்கிறது மிஸ்டர் பர்வேஸ்?’ என்று கேட்டார் அமெரிக்க அதிபர் ஜார்ஜ் புஷ்.

‘ஒன்றுமில்லை ஐயா. சிறு குழப்பம். எல்லாம் சரியாகிவிட்டது. அரசாங்கம் ஸ்திரமாக இருக்கிறது. கலவரக்காரர்களை ராணுவம் அடக்கிவிட்டது. ஒரு பிரச்னையும் இல்லை.’

சொல்லிவிட்டு அவர் பலூசிஸ்தானுக்குப் புறப்பட்டார். ராவல்பிண்டி ராணுவ விமானத் தளத்தில் அவர் விமானம் ஏறிய சில வினாடிகளில் விமான எதிர்ப்புத் துப்பாக்கிகள் இரண்டு எங்கிருந்தோ சீறி வெடிக்கத் தொடங்கின. முஷாரஃபின் விமானத்துக்கு வைத்த குறி.

விபரீதம் ஆகவில்லை. தப்பித்துவிட்டார். பாதுகாப்புப் படையினர் தேடியதில் விமான நிலையத்திலிருந்து சரியாக ஒரு கிலோ மீட்டர் தொலைவில் ஒரு அடுக்குமாடிக் கட்டடத்தின் மொட்டை மாடியில் இரண்டு விமான எதிர்ப்புத் துப்பாக்கிகளும் ஒரு மிஷின் கன்னும் கண்டெடுக்கப்பட்டது.

முஷாரஃபுக்குப் புரிந்தது. மசூதிச் சிவப்பு காயவில்லை. இப்போதைக்குக் காயவும் காயாது. ஜாக்கிரதையாக இருக்க வேண்டும்.

௯. அவர் போகட்டும்

நீங்கள் வரலாம்!

லெஃப்டினண்ட் ஜெனரல் அஷ்பக் பர்வேஸ் கியானி காத்திருந்தார். பொதுவாக, மீட்டிங் என்று வரச்சொல்லிவிட்டு, காக்கவைக்கிற வழக்கம் முஷாரஃபுக்குக் கிடையாது. சொன்ன நேரத்துக்கு ஒரு நிமிடம் முன்னதாக வந்து நிற்கக்கூடியவர் அவர். என்ன ஆயிற்று அவருக்கு? நதீம் தாஜ் வந்துவிட்டார். பிரதமர் அரைமணி முன்னதாகவே வந்துவிட்டார். சட்ட வல்லுநர்களும் பிற ராணுவ முக்கியஸ்தர்களும் ஆஜர். முஷாரஃப் மட்டும்தான் பாக்கி.

ஏழு நிமிடங்கள் தாமதம். ஆனால் வந்தார். மணி சரியாக நள்ளிரவு பன்னிரண்டு முப்பத்தேழு என்று காட்டியது. மன்னிக்கவும். சற்று கண்ணயர்ந்துவிட்டேன்.

அந்த நேரத்தில் அவர்கள் கூடிப்பேசப் பல முக்கிய விஷயங்கள் இருந்தன. உடனடியாகத் தீர்க்கப்படவேண்டியவை. முதலாவது பேனசிர்புட்டோவுடனான கூட்டணி ஒப்பந்தம் பற்றியது. அத்தனை களேபரங்களுக்கு மத்தியில் ஜூலை 27 அன்றே இரு தரப்புக்குமான முதல் சுற்றுப் பேச்சுவார்த்தை நடந்து முடிந்திருந்தது.

'பெரிய பிரச்னை ஏதுமில்லை என்றே நினைக்கிறேன். பேரங்கள் அதிகமில்லை. நான் ராணுவப் பொறுப்பிலிருந்து விலகினால் அவர்களுக்குப் போதும். தேர்தல் கூட்டு சாத்தியமாகிவிடும்.' என்றார் முஷாரஃப்.

'மக்கள் குழப்பமடைவார்கள் ஐயா' என்றார் கியானி.

'எது பற்றி? கூட்டணி குறித்தா? வாய்ப்பே இல்லை. அவர்களுக்கும் நான் இந்தப் பொறுப்பில் இருப்பது ஒன்றுதான் உறுத்தல். அது இல்லை என்று தெரிந்துவிட்டால் மீண்டும் என்னை அதிபராக ஏற்பதில் எந்தச் சிக்கலும் இருக்காது.'

'முடிவு செய்துவிட்டீர்களா?'

முஷாரஃப் யோசித்தார். செய்த முடிவல்ல அது. திணிக்கப்பட்ட முடிவு. ஆகஸ்ட் எட்டாம் தேதியே அவசர நிலைப் பிரகடனம் செய்துவிடலாம் என்று அவர் எண்ணியிருந்தார். அது பற்றிய பூர்வாங்கப் பேச்சுவார்த்தைகள் நடந்து முடிந்து விஷயம் ஒருவாறு வெளியே கசியவும் தொடங்கிவிட்டது.

சமாளிக்கவே முடியாத அளவுக்கு தேசமெங்கும் குழப்பங்களும் கலவரங்களும் பெருகத் தொடங்கியிருந்தன. எத்தனை இடங்களுக்கு ராணுவத்தையும் துணை ராணுவத்தையும் அனுப்புவது? அவமானமல்லவா? தேசம் முழுதும் ஆயுதம் தூக்குகிறது. தேசம் முழுதும் கொடிபிடிக்கிறது. கோஷமிடுகிறது. முந்தைய ராணுவ ஆட்சிக்காலங்களில் கூட எதிர்ப்பு இருந்ததே தவிர இப்படிப்பட்ட எதிர் நடவடிக்கைகள் இல்லை. அல்லது கட்டோடு அடக்கிவைக்கப்பட்டிருந்தது. ஜியா காலத்தில் பஞ்சாபில் அஹமதியா முஸ்லிம்கள் கிளர்ச்சியில் ஈடுபடத் தொடங்கியபோது நடந்தவற்றை முஷாரஃப் பக்கத்தில் இருந்து பார்த்திருக்கிறார். ஒரு வினாடி கவனம். ஒரு கண்ணசைவு. ஒரு நடவடிக்கை. அப்படியே தூக்கிக்கொண்டுபோய் அல்லவா போட்டுவிட்டார்கள், கிளர்ச்சியாளர்களை? அன்று லண்டனுக்கு ஓடியவர்கள் திரும்ப பாகிஸ்தானுக்கு வரவேயில்லையே?

தன்னாலும் முடியும். கண்டிப்பாக முடியும். துரதிருஷ்டவசமாக ஜனநாயகப் போர்வையைப் போர்த்திக்கொண்டுவிட்டதனால்

வந்த வினை. எத்தனை பெரிய சுமை இது! தன் இயல்புக்குச் சற்றும் சரிப்படாமல் உயிரை வாங்குகிறது. பதவிக்கு வந்த புதிதில் எழுந்த வினா இப்போதும் உயிருடன் தான் இருக்கிறது. நான் பாகிஸ்தானை மாற்றப்போகிறேனா? பாகிஸ்தான் அரசியல் என்னை மாற்றப்போகிறதா?

தெரியவில்லை. ஒரு ஆட்டம் ஆடிப்பார்த்துவிடுவது என்று முடிவு செய்துவிட்டதன் தொடர்ச்சியாகத்தான் அவர் ஆகஸ்ட் எட்டாம் தேதி எமர்ஜென்சிக்கு உத்தரவிடும் தீர்மானத்தில் இருந்தார். கெடுத்தது காண்டலீஸா ரைஸ்.

வேண்டாம் மிஸ்டர் பர்வேஸ். அமெரிக்க அதிபர் இன்னமும் உங்கள்மீது நம்பிக்கை கொண்டிருக்கிறார். உங்களால் கண்டிப்பாக ஜனநாயகத்தைக் காப்பாற்ற முடியும். எத்தனை பெரிய சாதனைகளைப் புரிந்திருக்கிறீர்கள்! இந்த நெருக்கடிச் சூழல் தாற்காலிகமானது. பேனசிருடன் நீங்கள் உருவாக்கிக்கொண்டிருக்கும் புதிய கூட்டணி ஒப்பந்தம் எங்களுக்கு உவப்பானதே. அவர் பிரதமர். நீங்கள் அதிபர். தீர்ந்தது விஷயம். இருவரும் இணைந்து ஜனநாயகப் பயிர் வளர்க்க ஜார்ஜ் புஷ் மனப்பூர்வமாக ஆசீர்வதிக்கிறார். இப்போது எமர்ஜென்சி அது இது என்று குட்டையைக் குழப்பினால் எல்லாம் கெட்டுவிடும். சரியா?

எல்லாம் கெட்டுவிடும் என்பது மிகவும் சரி. வதந்தி பரவத் தொடங்கியதுமே கராச்சி பங்குச் சந்தை தடதடவென்று சரியத் தொடங்கிவிட்டது. கள்ள மார்க்கெட்காரர்கள் கடை திறக்க நேரம் பார்க்கத் தொடங்கிவிட்டார்கள். அதெப்படி, உடனடியாக அத்தனை பெட்ரோல் பங்குகளிலும் ஸ்டாக் இல்லை என்று சொல்லுவார்கள்? பெஷாவர்ரசாக் பஜாரில் ஒரு பாக்கெட் ப்ரெட் நாற்பத்தைந்து ரூபாய் சொன்னார்களாம். எல்லோரும் சௌக்கியமாக இருக்கட்டும். ஜனநாயகம் அமோகமாகத் தழைக்கட்டும்.

'சொல்லுங்கள். என்ன செய்யலாம்? நாளைக்கு நவாஸ் ஷெரீஃப் பாகிஸ்தான் வருகிறார்.'

முஷாரஃப் தீர்மானமாகச் சொன்னார். 'ஏர்போர்ட்டிலேயே மடக்கித் திருப்பி அனுப்பிவிடுங்கள். அவர் சும்மா போகவில்லை

சவூதி அரேபியாவுக்கு. உச்சநீதிமன்றத்தால் ஆயுள் தண்டனை விதிக்கப்பட்டு நாடு கடத்தப்பட்டிருக்கிறார். இங்கு திரும்பினால், கண்டிப்பாகச் சிறைதான். அநியாயமாக நாம் ஏதும் செய்யவில்லை. அனைத்தும் சட்டபூர்வம்.'

'தொண்டர்கள் பிரச்னை செய்வார்கள்.'

'அடக்குங்கள். பிடித்து உள்ளே போடுங்கள்.'

'கதவடைப்பு, கல்லெறிதல் எல்லாம் நடக்கும். கண்டனக்கூட்டம், ஆர்ப்பாட்டம் என்று இறங்குவார்கள்.'

'கண்ணீர்ப்புகை குண்டு வீசுங்கள். எதுவும் முதல் முறை செய்யும்போதுதான் அதிர்ச்சி. பழகிவிட்டால் ஒன்றும் தெரியாது. இப்போது நாம் என்ன செய்தாலும் பிரச்னை இல்லை. ஏனெனில் எமர்ஜென்சி கொண்டுவரவில்லை என்பதே புஷ்ஷுக்குப் போதுமானது.'

சொல்லிவிட்டாரே தவிர உள்ளுக்குள் உறுத்தல் இல்லாமல் இல்லை. புஷ்ஷுக்காகவா பாகிஸ்தானை ஆள்கிறேன்! இல்லை என்று உதடு சொன்னாலும் ஆமாம் என்றுதான் உள்ளம் சொன்னது. எட்டு வருடங்கள். எத்தனை வேகத்தில் எழுந்தேனோ, அதே வேகத்தில் சரிந்துவிட்டிருக்கிறேன். நல்லது. இதுவும் கடந்துபோகும்.

○

நவாஸ் ஷெரீஃப் திருப்பி அனுப்பப்பட்டதற்குச் சில நாள்களிலேயே பேனசிர் வந்தார். அவர் மீது நீதிமன்ற உத்தரவுகள் ஏதும் இல்லையா? பல பழைய வழக்குகள் நிலுவையில்தானே இருக்கின்றன? ஊழல் வழக்குகள். அவை எதுவும் செய்யாதா இப்போது?

செய்யவேண்டாம் என்று சொல்லிவிட்டார் முஷாரஃப். ஜனநாயகத் தவப்புதல்வியே வருக.

ஆனால் கராச்சி அவரை குண்டு வெடித்துத்தான் வரவேற்றது. அதனை இன்னொரு தொடக்கம் என்று சொல்லவேண்டும். பேனசிர் புட்டோவின் வருகையை எதிர்த்து வெடிக்கத் தொடங்கிய

குண்டுகள் மீண்டும் தேசமெங்கும் வெடிக்க ஆரம்பித்தன. எங்கும் கலவரம். எல்லா இடங்களிலும் ராணுவம். வேண்டாம். சரிப்படாது. முஷாரஃப், தயவுசெய்து உங்கள் பதவியை ராஜினாமா செய்யுங்கள். முடிந்தால் சிவிலியன் அதிபராகப் பணியாற்றுங்கள். இல்லாவிட்டால் எங்காவது ஓடிப்போய்விடுங்கள். இந்த தேசம் இனி உங்களைத் தாங்காது.

கூட்டணி உத்தேசத்துடன் சொந்த மண்ணுக்குத் திரும்பிய பேனசிரே முஷாரஃபை எதிர்த்து அறிக்கை விடுத்தார்.

என்ன நடக்கிறது ஐயா?

அமெரிக்க அதிபர் தொலைபேசியில் அழைத்துப் பேசினார். போதும் நண்பரே. இந்த விளையாட்டுக்கு ஒரு முடிவு கட்டவேண்டிய தருணம் வந்துவிட்டது. மேலும் தாமதிப்பீர்களானால் விபரீதம் விளையும். இப்போது நடப்பதைக் காட்டிலுமா என்று கேட்காதீர்கள். இன்னும் நடக்கும். அதிகம் நடக்கும்.

முஷாரஃப் தீயில் நின்றுகொண்டிருந்தார். ஒரு பதவி. அது செய்யும் வேலைகள் இவை. அல்லது அது படுத்தும் பாடுகள். விலகிவிடலாம். பெரிய விஷயமில்லை. ஆனால் ராணுவப் பின்புலமில்லாது போனால் பாகிஸ்தானில் அதிபராகக் குப்பை கொட்டுவது சிரமம். பொதுவாக ஜனநாயகம் தழைக்கிற காலங்களில் அதிபர்கள் அங்கே பிரதமர்களின் டெடி பியர்களாக மட்டுமே இருப்பது வழக்கம். அதற்குமேல் சாத்தியமில்லை. யோசிக்கக்கூடாது. முடிவெடுக்க அதிகாரமில்லை. ஒரு கருத்து சொல்லக்கூடாது. நீட்டிய இடத்தில் கையெழுத்து. கூப்பிட்ட இடத்துக்கு குதித்து ஓடுதல். ஐயா, சாமி, அம்மா சாமி கும்பிடுறேனுங்க. அப்படியும் விட்டுவிடுவார்களா என்றால் அதுவுமில்லை. சுதந்தரமடைந்த காலமாக எத்தனை அதிபர்கள், எத்தனை பிரதமர்கள்! விட்டால் நாடாளுமன்ற உறுப்பினர்களின் எண்ணிக்கைக்கே போட்டி வந்துவிடும் போல.

என்ன அவமானம் இது. ஒரு மாறுதலை உத்தேசித்துத்தான் அவர் அந்த முடிவை எடுத்தார். எட்டாண்டுகாலம் அதில் உறுதியாகவும் இருந்தார். எத்தனை நெருக்கடிகள் வந்தபோதும் விட்டுக்கொடுக்காமல், ஏதாவது சாக்கு சொல்லி, ராணுவத் தளபதி

பொறுப்பிலிருந்து விலகுவதைத் தட்டிக்கழித்துக்கொண்டே இருந்தார். லகான் கையில் இருந்தது. ராணுவம் இப்போதும் சொன்ன பேச்சைக் கேட்கிறது. அவர்களைப் பொறுத்தவரை அதே முஷாரஃப். வித்தியாசமில்லை. அன்பான தளபதி. தோளில் கைபோட்டுப் பேசுகிற எளிய மனிதர். அவர் அதிபராகவும் இருக்கிறார். அவ்வளவுதான்.

இந்த உணர்வு மக்களுக்கும் வரவேண்டும் என்றுதான் முஷாரஃப் எதிர்பார்த்தார். முடியாது என்று தெரிந்துவிட்டது. அவர்களுக்கு ஜனநாயகம் வேண்டும். அடிக்கடி ஆட்சிகள் கவிழவேண்டும். தேர்தல் திருவிழாக்களைப் போல் கொண்டாட்டம் வேறில்லை. அடிக்கடி ஏமாற்றப்படுவதும் அதை நினைத்து சுய இரக்கத்தில் உருகுவதும் மெல்ல மெல்ல அவர்களுக்குப் பிடித்தே போய்விட்டதா? இது ஒரு நோய்தான். சந்தேகமில்லை.

வெறுப்புடன் எழுந்துகொண்டார் முஷாரஃப்.

'தேர்தல் கமிஷன் தேதி சொல்லிவிட்டார்களா?'

'ஆம் ஐயா. அக்டோபர் ஆறு.'

'நல்லது. எனக்கு நாமினேஷன் ஃபைல் பண்ண வேண்டிய ஏற்பாடுகளைச் செய்துவிடுங்கள். இன்னும் ஐந்து வருடங்கள் நான் தான் ஆளப்போகிறேன். இதில் மாறுதல் இல்லை.'

'ஆனால் ஐயா, நீங்கள் ராணுவத் தளபதியாகவும்...'

முஷாரஃப் பதில் சொல்லவில்லை. அவர் ஒரு முடிவுக்கு வந்திருந்தார்.

○

இது அநியாயம். அக்கிரமம். கண்டிப்பாக நாங்கள் அனுமதிக்க மாட்டோம். முஷாரஃப் இம்முறையும் தேர்தலில் நிற்கிறார் என்றால் போட்டிக்கு நாங்கள் ஒரு நீதிபதியை நிறுத்தியே தீருவோம் என்று பாகிஸ்தான் வழக்கறிஞர்கள் சொன்னார்கள்.

நீதிக்காவலர்களின் போராட்டம் அங்கே இன்னொரு பரிமாணத்தை எட்டியிருந்தது. வாஜாஹுத்தீன் அஹ்மது என்கிற முன்னாள் நீதிபதி ஒருவரைப் பிடித்து அதிபர் தேர்தலுக்கு மனுச்செய்ய வைத்தார்கள். எல்லாம் ஒரு கணக்குத்தான். மக்கள் பார்த்துக்கொண்டுதானே இருக்கிறார்கள். வழக்கறிஞர்களின் போராட்டமும் காவல் துறையின் அடக்குமுறையும். இரக்கம் இருக்காதா? தத்தமது கட்சிப்பிரதிநிதிகளுக்கு எடுத்துச்சொல்லமாட்டார்களா? யார்யாரோ அதிபராகிறார்கள். ஒரு மாறுதலுக்கு இம்முறை ஒரு நீதிபதி ஆனால் என்ன தப்பு?

ஒரு தவறும் இல்லை. அவரையும் நிற்கச் சொல்லுங்கள் என்றது தேர்தல் கமிஷன். ஆனால் முஷாரஃப் தேர்தலில் நிற்கக்கூடாது என்று கேட்டுத் தொடுக்கப்பட்ட வழக்குகளை நிராகரித்துவிட்டார்கள். தேர்தலில் யார் வேண்டுமானாலும் நிற்கலாம். ஆனால் நாங்கள் சொன்னபின் தான் முடிவு அறிவிக்கப்படவேண்டும் என்று உச்சநீதிமன்றம் உத்தரவிட்டது.

பேனசிரின் பாகிஸ்தான் மக்கள் கட்சி சார்பில் மக்தூம் அமின் ஃபாஹிம் என்பவர் களத்தில் நின்றார். ஒரு பாதுகாப்புக்காக அவருக்கு டம்மியாக ஃபர்யால் தல்பூர் என்பவரையும் நாமினேஷன் ஃபைல் பண்ணச் செய்திருந்தார்கள். இன்னொரு வேட்பாளர் முஹம்மது மியான் சூம்ரா. இவர் முஷாரஃபுக்கு டம்மி. அதே பாதுகாப்புக் காரணங்கள். அவருடைய பாகிஸ்தான் முஸ்லிம் லீக் கட்சியைச் சேர்ந்தவர்.

எதிர்க்கட்சிகள் அனைத்தும் முற்றாகத் தேர்தலைப் புறக்கணித்தன. இது அநியாயம். இது அக்கிரமம்.

நல்லது நண்பர்களே, இப்போது நாம் முடிவுகளைப் பார்க்கலாமா?

ஐந்து மணிநேரம் வோட்டுப்போடும் திருவிழா நடைபெற்றது. அனைத்துச் சபைகளையும் சேர்ந்த 1170 வாக்காளர்களுள் 685 பேர் மட்டுமே வோட்டளித்தார்கள். எதிர்க்கட்சியினர் புறக்கணித்திருந்த தேர்தலில் முஷாரஃபின் கூட்டணிக் கட்சிகளும் சில உதிரிகளும் மட்டுமே பங்கெடுத்தார்கள். அப்புறமென்ன? அமோக வெற்றி.

முஷாரஃப்புக்கு 671 வோட்டுகள். நீதியரசர் வாஜாஹுத்தீன் அஹமதுக்கு ஆறு வோட்டுகள். மிச்சமுள்ள ஆறு வோட்டும் செல்லாது என்று சொல்லிவிட்டார்கள்.

அதிகம் சந்தோஷப்பட்டுக்கொண்டிருக்க முடியவில்லை முஷாரஃப்பால். உச்சநீதிமன்றம் அமைதியாக இருந்தது. மிகவும் அமைதியாக. ஒரு மௌனசாமியார் போல. இருக்கட்டும். நான் சொன்னபிறகுதானே அதிகாரபூர்வமாக முடிவை அறிவிக்கமுடியும்?

முஷாரஃப் காத்திருந்தார். ஒரு நாள். இரண்டு நாள். ஒருவாரம். ஒரு மாதம். எப்போது அறிவிக்கப்போகிறீர்கள் என்று கேட்டதற்குக் கிடைத்த பதில்: '2008 பிப்ரவரியில் எப்படியும் பொதுத்தேர்தல்கள் நடத்தியாகவேண்டும். அதன் முடிவுகள் வரும்போது இதையும் சேர்த்து அறிவிக்கலாம் என்று திருவுள்ளம்' என்று பதில் கிடைத்தது.

முஷாரஃப்புக்குப் புரிந்துவிட்டது. இதுதான் எல்லை. இவ்வளவேதான். அமெரிக்கச் சகோதரர் என்னை மன்னிக்கக் கடவர். அகில உலகமும் கண்ணை இறுக்கி மூடிக்கொள்ளட்டும். இதோ எனது அதிரடி ஆட்டம் ஆரம்பமாகப்போகிறது!

அவர் அந்தப் பக்கம் திரும்பிக் கண்ணைக் காட்டினார். காத்திருந்த நதீம் தாஜ் அவசரமாக உள்ளே போய்விட்டு வெளியே வந்தார்.

பேராவுக்குப் பேரா 'whereas' என்று ஆரம்பித்து, இரண்டு ஏ4 சைஸ் பேப்பர் முழுதும் டைப் செய்யப்பட்டிருந்தது. ஒரு வரி கூடப் பத்து வார்த்தைகளுக்கு முன்னதாக முற்றுப்பெறுவதற்கில்லை. அவசரநிலைச் சட்டம் என்பது சிலாகித்துப் படித்து 'வாரே வா' போடுவதற்கல்ல. வறட்டித்தனமான மொழி போதும். கொஞ்சம் மிரட்டல். கொஞ்சம் உருட்டல். இங்கே எச்சரிக்கை. அங்கே கொஞ்சம்போல் கரிசனம். அ, தேசநலன். அது இல்லாமலா? செகரெட்டரி நீட்டிய அறிவிப்பை ஜெனரல் பர்வேஸ் முஷாரஃப் ஒருமுறை படித்துப் பார்த்தார். புன்னகை செய்தார்.

கையெழுத்திடுவதற்கு அவர் பேனாவைத் திறந்தபோது இஸ்லாமாபாத் உச்சநீதிமன்றக் கட்டடத்துக்குள் ராணுவ வாகனங்கள் நுழைந்திருந்தன.

10. போதும் போ, ஆளைவிடு!

விடைபெறுகிறேன் நண்பர்களே. என் தலைமைத் தளபதி பதவியிலிருந்து நான் விலகிவிட்டேன். என் நம்பிக்கைக்கும் மதிப்புக்கும் உரிய நண்பர் லெஃப்டினண்ட் ஜெனரல் அஷ்பக் பர்வேஸ் கியானி இனி அப்பதவியில் இருப்பார். ராணுவம் எப்போதும்போல் எனக்குத் தோள் கொடுக்கும். எனக்கு அந்த நம்பிக்கை என்றும் உண்டு.

கட்டுப்படுத்தப்பட்ட கண்ணீருடன் ராணுவத் தலைமையகத்தில் பிரிவுபசார விருந்தில் பேசிக்கொண்டிருந்தார் முஷாரஃப். எங்கோ தொடங்கிய பயணம். எங்கெங்கோ சுற்றிச் சுற்றி இறுதியில் கொண்டுவந்து சேர்த்திருக்கிற இடம் எது?

பாகிஸ்தான் அரசியல். ரெகுலர் அரசியல். ஜனநாயக அரசியல். இனி ராணுவ உடுப்பு இல்லை. ஷெர்வானிதான். அமெரிக்கா போனால் மட்டும் கோட் சூட். அவ்வப்போது நான் எழுதிய புத்தகத்தைத் திரும்ப எடுத்துப் படித்துப் பார்த்து என் ராணுவ நாள்களை நினைத்துக்கொள்வேன். மற்றபடிக்குத் தேர்தல்களும் சபை நடவடிக்கைகளும் வெளிநடப்புகளும் கோஷங்களும் கொள்கைப் பிரகடனங்களும் பொதுக்கூட்டங்களுமாக என் எஞ்சிய காலம் எப்படியோ கழிந்துவிடும்.

கார்கில் யுத்தத்தில் எப்படியாவது வெற்றி பெற்று பாகிஸ்தானின் கொண்டைக்கொரு பூச்சூட்ட எண்ணினேன். முடியாமல் போய்விட்டது. விருப்பமிருந்ததோ, இல்லையோ. அமெரிக்காவுடன் இணைந்து ஆப்கன் போராளிக் குழுக்களை அழித்து ஒழிக்கும் பணியில் ஈடுபட்டேன். தாலிபன்களைக் கணிசமாக அழித்துவிடவும் முடிந்தது. ஆனால் தாடி வைத்த இரண்டு முல்லாக்கள் இன்னும் கண்ணில் தென்படவில்லை. ஒசாமா கண்டிப்பாக தோராபோராவில்தான் இருப்பார், இருக்கவேண்டும். முஹம்மது ஓமர் கந்தஹாரில்தான் இருந்தாகவேண்டும். அவை என் ஆளுகைக்கு உட்பட்ட பிரதேசங்களாக இல்லை என்பதால் முடியாமல் போய்விட்டது.

வேறென்ன செய்தேன்? ஆம். நிறைய அன்னிய முதலீடுகள். இன்றைக்கு உங்களுக்குக் கசக்கலாம். நாளைக்கு சுகப்படுவீர்கள். பாகிஸ்தான் வளர்ந்தாகவேண்டும் நண்பர்களே. பெட்டிக்குள் பதுங்கி, பூட்டிக்கொண்டு அடிப்படைவாதம் பேசிக்கொண்டிருந்தால் நாம் என்றைக்கோ ஆப்கனிஸ்தானாகியிருப்போம். காலம் மாறுகிறது. நாமும் மாறியாகவேண்டும். ஒரு மறுமலர்ச்சியை நான் உத்தேசித்தேன். மக்களுக்குப் புரியவில்லை. போகட்டும்.

இனி அடுத்த ஆட்சி என்று ஒன்று வரும். அடுத்த பிரதமர். ஏன், அடுத்த அதிபரே கூட. எனவே அடுத்தடுத்த அவலங்கள். அப்போது நான் தேவலை என்று அவசியம் நினைப்பார்கள்.

பொதுவாக மக்கள் தாமதமாக உணருவதைத்தான் சரித்திரம் என்று சொல்லுவது வழக்கம்.

O

அவர் வாய் திறந்து பேசியிராவிட்டாலும் இதனைத்தான் நினைத்துக்கொண்டிருப்பார். தன் பதவிக்காலம் முழுதும் அமெரிக்க நிர்ப்பந்தங்களால் மட்டுமே கட்டுண்டு கிடந்த அதிபர் முஷாரஃப். சுயமாக அவர் புரிந்ததெல்லாம் இரண்டு செயல்கள்தான்.

1. 1999 ஆட்சிக் கவிழ்ப்பு. அவசரநிலைப் பிரகடனம்.
2. 2007 அவசரநிலைப் பிரகடனம்.

இடைப்பட்ட காலங்களில் தன் மூக்கணாங்கயிறைத் தேடிக்கொண்டிருந்த ஜீவராசியாகத்தான் பெரும்பாலும் இருந்தார்.

ஆனால் ஒன்றை ஒப்புக்கொள்ள வேண்டும். ஜுல்ஃபிகர் அலி புட்டோவுக்குப் பிறகு உலகம் பாகிஸ்தானைப் புகழும்விதத்தில் சில காரியங்களையாவது செய்த ஒரே தலைவர் பர்வேஸ் முஷாரஃப்தான். மிக மோசமான, அதலபாதாள நிலையில் இருந்த தேசப் பொருளாதாரத்தைப் படாதபாடு பட்டு, ஓரளவாவது உயர்த்தி, நிமிர்த்தி உட்காரவைத்தவர் அவர்.

இந்தியாவும் அணுகுண்டுப் பரிசோதனை செய்தது. அமெரிக்கக் கண்டனம் இந்தியாவுக்கும் இருந்தது. சில பொருளாதாரத் தடைகளும்.

ஆனால் அது நம்மை பாதித்ததில்லை. அல்லது பாதிக்க நாம் அனுமதிக்கவில்லை. நமது தேசத்தின் கட்டமைப்பு அப்படிப்பட்டது. அமெரிக்கத் தடை நமது வாழ்க்கை முறையை பாதிக்கும் என்பதை நம்மால் எண்ணிப் பார்க்கக்கூட முடியாது. வளர்ந்திருக்கிறோம் என்பது காரணம். மேலும் வளர்ந்துகொண்டிருக்கிறோம் என்பது காரணம்.

பாகிஸ்தானின் நிலைமை அப்படிப்பட்டதல்ல. ஏற்றுமதிக்கு அதிகச் சரக்குகள் இல்லாத தேசம், பெரும்பாலும் இறக்கு மதிகளில் ஜீவித்துக்கொண்டிருக்கும் மக்கள். அரசாங்கம் செயல்படவேண்டு மானால் தவணை தவறாமல் அமெரிக்காவிலிருந்து நிதியுதவி வந்துகொண்டே இருந்தாகவேண்டும். அமெரிக்கா மட்டுமல்ல. வேறு பல ஐரோப்பிய தேசங்களின் உதவிகளும் பாகிஸ்தானுக்கு உண்டு. ஐ.நாவும் உலக வங்கியும் வண்டி வண்டியாக உதவிகள் செய்துகொண்டிருக்கின்றன. அது இல்லாமல் அங்கே முடியாது.

தொடரும் ஸ்திரமற்ற அரசியல் சூழல் அவர்களை அப்படியாக்கி வைத்துவிட்டது. முஷாரஃப் என்ன செய்துவிட முடியும்?

சில முயற்சிகள் செய்து பார்த்தார். விவசாயத்தை நவீனப்படுத்தி, நீர் ஆதாரங்களை வீணாக்காமல் சேமித்துப் பயன்படுத்த ஏராளமான திட்டங்களை அவர் அறிமுகப்படுத்தினார். நெசவுத்தொழிலுக்கு நிறைய உதவிகள் செய்யப்பட்டன. கிராமப்புறங்களில்

வீட்டுக்கொரு தறி என்றொரு திட்டம் முஷாரஃப் காலத்தில் அறிமுகப்படுத்தப்பட்டது. குறுங்கடன் வசதிகள் கிடைக்கத் தொடங்கின. நகர்ப்புற மேம்பாடு, சாலை வசதிகள், தடையற்ற குடிநீர் - எல்லாம், எல்லாமே அவர் கவனத்துக்கு உட்பட்டுத்தான் இருந்தன. கூடியவரை ஊழல் புகாமல் மக்கள் பணிகள் நடைபெறவேண்டும் என்றுதான் விரும்பினார்.

ஆனால் சந்தர்ப்பங்கள் அவருக்கு முற்றிலும் எதிராக இருந்தன. பதவிக்கு வந்த மறு ஆண்டே தொடங்கிவிட்ட அமெரிக்க - ஆப்கன் யுத்தத்தில் பாகிஸ்தான் ஒரு நல்ல பகடைக்காயாக உருட்டி விளையாடப்பட்டுவிட்டதில், தொடங்கிய பல திட்டங்கள் இருந்த இடம் தெரியாமல் போய்விட்டன.

தொடக்கத்திலிருந்தே பாகிஸ்தான் மக்களிடம் ஒரு குணம் உண்டு. ஜனநாயக ரீதியில் அவர்கள் பிரதமர்களைத் தேர்ந்தெடுக்க மிகவும் விரும்புவார்கள். ஆட்சிக்கு வந்ததும் அலுத்துவிடும். ராணுவம் வந்து ஆட்சியைக் கலைக்காதா என்று பழிகிடப்பார்கள். அப்படியே ராணுவம் வந்து கலைக்கும். ராணுவ ஆட்சி வரும். முதலில் ஆதரிப்பார்கள். பிறகு மீண்டும் சோர்ந்துவிடுவார்கள். மீண்டும் ஜனநாயகக் கனவுகள்.

1948ம் ஆண்டு பாகிஸ்தானின் முதல் கவர்னர் ஜெனரலும் தேசப்பிதாவுமான முஹம்மது அலி ஜின்னா மறைந்த தினத்திலிருந்து இதுதான் வழக்கம்.

மக்களை மட்டும் குறை சொல்லிவிட முடியாது. ஆட்சியாளர்களின் லட்சணமும் அப்படித்தான் இருந்துவந்திருக்கிறது. ஊழல். கணக்கு வழக்கில்லாமல் ஊழல். சற்றும் மனச்சாட்சியில்லாமல், ஆத்மசுத்தியுடன் செய்யப்பட்டு வந்திருக்கும் எண்ணற்ற ஊழல்கள்.

பாகிஸ்தான் ஒரு ஏழை நாடு என்பதில் சந்தேகமில்லை. ஆனால் பாகிஸ்தான் அரசியல்வாதிகள் யாரும் ஏழைகள் இல்லை. மக்களைச் சுரண்டுவதில் பரமானந்தம் உண்டு அவர்களுக்கு. காலம் மாறும், காலம் மாறும் என்று அறுபது ஆண்டுகளாகக் காத்திருக்கிறார்கள் அவர்கள். ஆட்சிகள் மட்டுமே மாறி வந்திருக்கின்றன.

○

ஜனவரி 8, 2008ல் பொதுத்தேர்தல் நடத்தியாகவேண்டுமென்று பாகிஸ்தான் உச்சநீதிமன்றம் உத்தரவிட்டிருக்கிறது. முஷாரஃப் சம்மதித்திருக்கிறார்.

ராணுவப் பதவியில் இருந்து விலகியாகிவிட்டது. எல்லாத் தரப்பினருடன் அமைதிப் பேச்சுக்கு இனி தயார். அட, ஜென்ம விரோதி நவாஸ் ஷெரீஃபையே மீண்டும் நாட்டுக்கு வர அனுமதித்துவிட்டாரே. இதற்குமேல் என்ன வேண்டும்?

அதைப் பெரும்பாலானவர்கள் எதிர்பார்க்கவில்லை.

திடீரென்று நவம்பரில் முஷாரஃப் சவூதி அரேபியாவுக்குப் புறப்பட்டுப் போனதும் சவூதி மன்னரைச் சந்தித்துப் பேசியதும் அமெரிக்கா உள்பட பல தேசங்களின் புருவங்களை உயர்த்தவைத்தது உண்மையே.

ஆனால் விஷயம் இல்லாமல் இல்லை.

'எதற்கு வீம்பு பிடிக்கிறீர்கள்? அவர் வந்துவிட்டுப் போகட்டுமே? நீங்கள் இப்போது ராணுவப் பொறுப்பில் இல்லை. சிவிலியன் அதிபர்தான். ஜனநாயகத்தை அதன் முழு அளவில் கடைப்பிடிப்பதும் நல்லதே அல்லவா?' என்றார் சவூதி அரேபிய மன்னர் அப்துல்லா.

முஷாரஃபுக்கு, தேர்தலை முன்னிட்டு நவாஸ் நாடு திரும்புவதில் பெரிய பிரச்னைகள் ஏதுமில்லை. அவரது கூட்டணி பேனசிருடன் உருவாகிக்கொண்டிருந்த சூழ்நிலையில் நவாஸின் வருகை பெரிய விளைவுகளை ஏற்படுத்தாது என்று உளவுத்துறையும் கருத்துத் தெரிவித்திருந்தது. பின்னால் பேனசிரும் நவாஸும் கூட்டணி அமைத்து, பொது எதிரியாக முஷாரஃபை எதிர்க்கலாம் என்று முடிவு செய்தபோதும் அவர் அமைதியாகவே இருந்தார். ஒரு தேர்ந்த அரசியல்வாதிக்கு இதுவல்ல, எதுவுமே சாதாரணம்.

என்னவானால்தான் என்ன? பார்க்காத நாடகங்கள் இல்லை. அரங்கேறாத உணர்ச்சிமயமான காட்சிகள் இல்லை. எப்போதும் உணர்வதுதான். இதுவும் கடந்துபோகும்.

'சரி, நவாஸ்தானே? வரட்டும். நான் கைது செய்ய மாட்டேன்' என்று முஷாரஃப் சொன்னார். சவூதி மன்னர் மகிழ்ச்சியுடன் விருந்து கொடுத்து அனுப்பிவைத்தார்.

நவம்பர் 25ம் தேதி மாலை முகம் நிறைந்த புன்னகையும் விழி நிறைந்த கனவுகளுமாகத் தனி விமானத்தில் பாகிஸ்தான் வந்து இறங்கினார் நவாஸ். ஏழு வருட அஞ்ஞாத வாசம். பெரிய கஷ்டங்கள் ஏதுமில்லை. சவூதியில் அவருக்கு சொகுசு பங்களா, கார், ஆள் அம்பு வசதிகள் அனைத்தும் முன்னதாக மன்னரால் செய்துதரப்பட்டிருந்தன. இன்னும் இரண்டு சுற்று கூடியேதான் இருந்தார்.

என்ன ஆயிற்று முஷாரஃபுக்கு? ஏன் இந்தத் திடீர் மனமாற்றம்? கேட்காதவர்கள் இல்லை.

ஒரு காரணமும் இல்லை. எந்த ஒப்பந்தமும் எங்களுக்குள் இல்லை. அவர் வர விரும்பினார். வரட்டும் என்று அதிபர் சொல்லிவிட்டார். அவ்வளவுதான் என்று முஷாரஃபின் செய்தித் தொடர்பாளர் ரஷீத் குரேஷி சொன்னார்.

ஆயிரக்கணக்கான பழைய தொண்டர்கள் விமான நிலையத்துக்கு வெளியே காத்திருந்தனர். தம்பி ஷாபாஸ் ஷெரீஃப் ஒரு பக்கம். மனைவி ஒரு பக்கம். தலைக்கு மேலே கைகூப்பி வணங்கியபடி வந்து சேர்ந்தார் நவாஸ்.

தொண்டர்கள் பட்டாசு வெடித்தார்கள். எதற்கென்று தெரியாமல் ஆடிப்பாடினார்கள். மிட்டாய் வினியோகித்தார்கள். கொண்டாடித் தீர்த்தார்கள்.

முஷாரஃப் ஏதும் சொல்லவில்லை. ஒரு சந்தேகம் இருந்தது. அனைவருக்குமே. ஒன்றிரண்டு நாள்களில் ஏதாவது காரணம் சொல்லி, காவல் துறை நவாஸைக் கைதுசெய்துவிடும் என்று நினைத்தார்கள்.

ஆனால் இல்லை. அப்படி ஏதும் நடப்பதற்கான அறிகுறிகள்கூட இல்லை. முஷாரஃப் தெளிவாகவே இருந்தார். ராணுவ

அதிகாரியாகவும் இருந்தவரை நான் வேறு. இப்போது சிவிலியன் அதிபர். என் நிலை வேறு.

நாளொருபொதுக்கூட்டம், பொழுதொருஊர்வலம்என்றுநவாஸும் பேனசிரும் மீண்டும் களைகட்டத் தொடங்கிவிட்டார்கள்.

மக்கள் எப்போதும் மாறுதலை விரும்புகிறார்கள். நல்லதிலிருந்து கெட்டதற்கு. மீண்டும் கெட்டதிலிருந்து நல்லதுக்கு. இரண்டைத் தவிர வேறு இல்லை என்பது தெரிந்தாலும் எப்போதும் எல்லோருக்கும் வேண்டியிருக்கிறது மாறுதல்.

ஒரு மாறுதலாகவே 1999ல் தன்னை மக்கள் ஏற்றுக்கொண்டார்கள் என்பது முஷாரஃபுக்கு இப்போது புரிந்திருக்கும். இன்னொரு மாறுதலுக்கு அவர்கள் தயாரானபோது அவர் ராணுவத் தளபதி பொறுப்பிலிருந்து விலகவேண்டி நேர்ந்தது.

மீண்டும் கோரலாம், வேறொரு மாறுதல். அதற்குமுன் முஷாரஃப் அதிபர் பதவியிலிருந்தும் விலகியிருக்கக்கூடும்.

அவர் புத்திசாலி. அவருக்குத் தெரியும். பாகிஸ்தானுக்கு சீர்திருத்த வாதிகள் தேவையில்லை. வெறும் அரசியல்வாதிகள் போதும்.

பின்கதை

பாகிஸ்தான் அதிபராக ஆகஸ்ட் *18, 2008* வரை பொறுப்பில் இருந்தவர் பர்வேஸ் முஷாரஃப். தாக்குப் பிடிக்க முடியாத சூழல் உண்டானபோது பதவி விலகினார். லண்டனுக்குச் சென்று சிறிது காலம் வசித்து வந்தார். அதன்பின் அமிலாய்டோஸிஸ் என்னும் நோயால் பாதிக்கப்பட்டிருந்த பர்வேஸ் முஷாரஃப், துபாய்க்கு வந்து தங்கி சிகிச்சை எடுத்துக்கொண்டிருந்தார். பாகிஸ்தானில் அவர்மீது ஊழல் முதல் தேசத் துரோகக் குற்றச்சாட்டுகள் வரை ஏராளமான குற்றச்சாட்டுகள் நீதிமன்றத்தில் இருந்தன. சிறப்பு நீதிமன்றம் அவருக்குத் தூக்கு தண்டனை அறிவித்ததன் தொடர்ச்சியாகவே அவர் துபாய்க்குச் சென்றதும் அங்கேயே இறுதிவரை தங்கிவிட்டதும் நடந்தது.

பிறகு நீதிமன்றம் அத்தூக்கு தண்டனையை ரத்து செய்துவிட்டது. ஆனால் முஷாரஃப் மீண்டும் நாடு திரும்பவேயில்லை. பிப்ரவரி *5, 2023* அன்று தமது *79*வது வயதில் காலமானார்.

உதவிய நூல்கள், ஆதாரங்கள்

1. *The Dispensation of Justice in Pakistan, Oxford University Press, ISBN 019579799x*
2. *Pakistan's Nuclear underworld, Wilson John, Observer Research Foundation, ISBN 8187374349*
3. *Pakistan in the Twentieth Century, Lawrence Ziring, Oxford, ISBN 0195792769*
4. *In the Line of Fire, Pervez Musharraf, Free Press, 9780743283441*
5. *The Foreign Policy of Pakistan, Musa Khan Jalalzai, Ariana Publications, Lahore*
6. *http://en.wikipedia.org/wiki/Pervez_Musharraf#Military_career*
7. *http://en.wikipedia.org/wiki/Lal_Masjid_siege#Background*
8. *www.time.com/time/magazine/article/0,9171,1187204,00.html*
9. *www.storyofpakistan.com*

13. *www.satp.org/*
14. *www.cnn.com/WORLD/9610/05/taleban/*
15. *www.gwu.edu/~nsarchiv/NSAEBB/NSAEBB97/index.htm*

www.ingramcontent.com/pod-product-compliance
Ingram Content Group UK Ltd.
Pitfield, Milton Keynes, MK11 3LW, UK
UKHW042017190726
13854UKWH00005B/2333

9 789390 053605